புரட்சியாளர் செந்தமிழன் சீமான்

THE NEW BORN TIGER

ஆ.மதுசூதனன்

ISBN 979-888555633-0

தன் இனத்திற்காக அயராது
போராடி,வன்முறைக்கு நிகரான
வன்முறையும் அகிம்சைதான் என்று
நிறுவிய தமிழின தேசிய தலைவர் மேதகு
வே.பிரபாகரன் அவர்களுக்கும்,அவர்தம்
வழி நின்று போராடிய
மாவீரர்களுக்கும்,உலக தமிழ்
உறவுகளுக்கும்,தமிழ் பற்றாளர்களுக்கும்
இந்நூல் சமர்ப்பணம்.

பொருளடக்கம்

முன்னுரை

கடலுக்குள் முத்து ஒரு
அரியது.அதைபோல்,வானில் ஒரு வால்மீன்
அரியது.இவைபோல்,ஒரு கால கட்டத்தில்
புரட்சியாளர்கள்
அரிதானவர்கள்.அப்படி,இந்த நூற்றாண்டு
பிரசவித்துள்ள ஒரு மாபெரும் அரிய
புரட்சியாளர்தான்,நாம் தமிழர் கட்சியின்
தலைமை ஒருங்கிணைப்பாளர் செந்தமிழன்
சீமான் எனும்,அரணையூரில்
மதிற்பிற்குரிய ஐயா செந்தமிழன்
அவர்களுக்கும்,மதிப்பிற்குரிய அம்மா
அன்னம்மாள்
அவர்களுக்கும்,மதிப்பிற்குரிய ஐயா
செந்தமிழன் அவர்களுக்கும்,மகனாய்
பிறந்த இந்த முத்து.செந்தமிழன் சீமான்
1966 ஆம் ஆண்டு, நவம்பர் 08 ஆம்
நாள் சிவகங்கை மாவட்டத்திலுள்ள,
இளையான்குடி வட்டத்தில் அரனையூர்
என்னும் சிற்றூரில் பிறந்தார்.இவரின்
உடன்பிறந்தவர்கள் இரண்டு சகோதரிகள்
மற்றும் சகோதரர் ஒருவரும் ஆவர்.இவர்
பொருளாதாரத்தில் இளங்கலைப் பட்டம்
பெற்றுள்ளார்.இவரது துணைவியார்
திருமதி கயல்விழி
ஆவார்.செந்தமிழன் சீமான் அவரது
உயர்நிலைப் பள்ளி மற்றும் கல்லூரி
ஆண்டுகளில், திராவிட இயக்கத்தின்
கொள்கைகளில் ஈர்க்கப்பட்டார்.
திரைத்துறையில் பணியாற்ற வேண்டும்

என்ற தனது கனவைத் தொடர அவர் சென்னை சென்றார்.கல்லூரி முடிந்த பின் திரைப்பட இயக்குனராக வேண்டும் என்னும் கனவோடு சென்னை சென்றார். அங்கு மணிவண்ணன், பாரதிராஜா போன்ற முன்னணி இயக்குனர்களிடம் உதவி இயக்குனராகப் பணிபுரிந்தார். சில படங்களில் வசனகர்த்தாவாகவும் பணியாற்றினார். இவரின் முதல் படமான பிரபு, மதுபாலா கொண்டு இயக்கிய பாஞ்சாலங்குறிச்சி திரைப்படம் குறிப்பிடத்தக்க வெற்றியைப் பதித்தது. நீண்ட கால இடைவேளைக்குப் பின் மாதவன், பூஜா, வடிவேலு போன்றோர்களைக் கொண்டு இயக்கிய தம்பி படம் பெரும் பெயரைப் பெற்றுத்தந்தது.இவர் இயக்கிய வாழ்த்துக்கள் திரைப்படம் முழுவதும் கலப்படமற்ற தூய தமிழ் வசன நடைக்கொண்டு உருவாக்கியிருந்தார் என்பது குறிப்பிடதக்கது. மாயாண்டி குடும்பத்தார், பொறி, பள்ளிக்கூடம், எவனோ ஒருவன், மகிழ்ச்சி போன்ற திரைப்படங்களில் நடித்துள்ளார். மாயாண்டி குடும்பத்தார் படத்தில் பாடல் ஒன்றையும் பாடியுள்ளார்.சீமான் விடுதலைப்புலிகள் இயக்கத்தின் தலைவரான மேதகு வே.பிரபாகரன் அவர்களுக்கு தொடர்ந்து ஆதரவு குரல் கொடுத்துவருகிறார்.

நன்றி

இந்நூலை இயற்ற பெரிதும் உதவியாய் இருந்த நோஷன் பிரஸ் நிறுவனத்திற்கும்,தமிழ் தட்டச்சு வலைப்பக்கமான தமிழ்ச்சங்கதிக்கும்,எனது நண்பர்களுக்கும்,உறவினர்களுக்கும்,தமிழ் தேசிய புத்தக ஆசிரியர்களுக்கும்,மற்றும் உங்கள் அனைவருக்கும்,எல்லாம் வல்ல இறைவனுக்கும் எனது நெஞ்சார்ந்த நன்றிகள்.

முகவுரை

"தோன்றின் புகழொடு தோன்றுக
அஃதிலார்
தோன்றலின் தோன்றாமை நன்று"

`தமிழ்நாட்டை தமிழர் ஆள வேண்டும்' என உரத்துக் குரல் எழுப்பும் சீமானின் தொடக்ககால அரசியல் வாழ்வுக்கு அடித்தளம் அமைத்துக் கொடுத்தது திராவிட இயக்க மேடைகள்தான். ஈழ விடுதலை ஆதரவுப் பேச்சுக்காக தொடர் கைதுகள், இனவாதப் பேச்சு என்ற விமர்சனம் என அனைத்தையும் தாண்டி தனக்கான கூட்டத்தைப் தனது புரட்சிகரமான உயரிய சிந்தனைகள் மற்றும் தமிழ் ஆர்வமுள்ள பேச்சுக்களால் சேர்த்தவர் புரட்சியாளர் செந்தமிழன் சீமான்.செந்தமிழன் சீமானின் தந்தை தீவிரமான காங்கிரஸ் தொண்டர். பள்ளிப் பருவத்திலும் கல்லூரிக் காலத்திலும் திராவிட இயக்க சிந்தனைகளில் பிடிப்புள்ளவராக செந்தமிழன் சீமான் இருந்துள்ளார். இதற்காக தனது பள்ளி புத்தகங்களில் எல்லாம் உதயசூரியன் சின்னத்தைத்தான் வரைந்து வைத்திருப்பார். திராவிட இயக்க வரலாறு குறித்து நண்பர்களிடம் விவாதிப்பதிலும் ஆர்வம் காட்டி வந்தார். இதன்பிறகு திரைத்துறையின் மீதான ஆர்வம்

காரணமாக சென்னை வந்தவர், இயக்குநர் பாரதிராஜா, மணிவண்ணன் ஆகியோரிடம் உதவி இயக்குநராகப் பணிபுரிந்தார்.திரைத் துறையில் கோலோச்சினாலும் பெரியாரிய கொள்கைளையும் சாதி ஒழிப்பையும் மையமாக வைத்து செந்தமிழன் சீமான் பேசி வந்தார். அவரது பேச்சைக் கேட்பதற்காகவே கூட்டம் கூடியது. இயல்பாகவே திராவிட இயக்க சிந்தனைகளில் ஊறித் திளைத்ததால் முன்னாள் முதல்வர் கலைஞர் கருணாநிதியின் அன்புக்குரியவராகவும் இருந்தார். கோபாலபுரம் இல்லத்தில் கலைஞர்கருணாநிதியை எப்போது வேண்டுமானாலும் சந்திக்கும் அளவுக்கு செல்வாக்கானவராக இருந்தார்.கலைஞர் கருணாநிதியும் தன்னைச் சுற்றியுள்ளவர்களிடம், `சீமான் வந்திருக்கு' என உற்சாகத்தை வெளிப்படுத்துவதும் வழக்கமாக இருந்துள்ளது. இதன் தொடர்ச்சியாக 2006 சட்டமன்றத் தேர்தலில் தி.மு.கவை ஆதரித்துப் பிரசாரமும் மேற்கொண்டார்,செந்தமிழன் சீமான்.

மேதகு வே பிரபாகரன் அவர்களுடன்,செந்தமிழன் சீமானின் சந்திப்பு !

"என்னைமுன் நில்லன்மின் தெவ்விர் பலரென்னை
முன்நின்று கல்நின் றவர்."

2008 ஆம் ஆண்டு இலங்கை அரசுக்கும் விடுதலைப் புலிகளுக்கும் இடையே போர் மேகங்கள் சூழத் தொடங்கிய காலகட்டத்தில் மேதகு வே பிரபாகரனை சந்தித்துப் பேசினார் செந்தமிழன் சீமான் .போர் உக்கிரமடைவதற்குச் சில நாட்களுக்கு முன் தலைவர் பிரபாகரனை நான் சந்தித்தேன். முழுக்க முழுக்க நள்ளிரவுப் பயணமாகவே இருந்தது அது. நானும் நடேசன் அண்ணாவும் பின்னால் உட்கார்ந்திருக்க... ஜீப் எங்களை அழைத்துச் சென்றது. திடீரென்று நின்ற வண்டியில் இருந்து அதுவரை ஓட்டி வந்தவர் இறங்கிக்கொண்டார். தொடர்ந்து நடேசன் ஓட்ட ஆரம்பித்தார். சில கிலோ மீட்டர்கள் போனதும் ஜீப்பின் விளக்கு கள் அணைக்கப்பட்டன. இருட்டுக்குள் ஜீப் தனக்கு மட்டுமே தெரிந்த திசையில்

பயணமானது. ஒரு மணி நேரம் கழித்து நான் இறங்கிய இடம் சாதாரண குடிசை. உள்ளே தலைவர் இருக்கிறார் என்று ஆசையுடன் போனேன். இல்லை அவர்!.அரை மணி நேரத்தில் பயங்கர சத்தத்துடன் ஒரு வாகனம் வந்தது. ‘புலி உறுமிக்கொண்டு வருகிறது!’ என்றார் நடேசன் சிரித்தபடி. நான் தங்கியிருந்த குடிசைக்குப் பின்னால் அழைத்துப் போனார்கள். அங்கு இன்னொரு குடிசை இருந்தது. வாசலில் நின்றிருந்தார் என் தலைவர் மேதகு வே பிரபாகரன். பார்த்ததும் உருகிப் போனேன். பாய்ந்து சென்று கட்டி அணைத்தேன். வணக்கம் வைத்து, சின்னச் சிரிப்புடன் என்னை அழைத்துச் சென்றார். உள்ளே பொட்டு அம்மான், தமிழேந்தி இருவரும் இருந்தார்கள். வெகுநேரம் வரையில் என்ன பேசுவது என்று தெரியவில்லை. அவரேதான் நாத்திகம், கடவுள் நம்பிக்கை குறித்துப் பேச ஆரம்பித்தார். ஏன் இதையெல்லாம் என்னிடம் சொல்கிறார் என்று முதலில் புரியவில்லை. அப்புறமாகத்தான் எனக்கு மூளையில் உறைத்தது. மேதகு வே பிரபாகரனைப் பார்க்கும் வாய்ப்பு கிடைப்பதற்கு முன்பாக, சுமார் ஒரு வார காலம் அங்குள்ள போராளிகள் மத்தியில் நான் பேசிக்கொண்டு இருந்தேன். அங்கு காசிக் கயிறு கட்டியிருந்தாள் ஒரு பெண் போராளி. ‘நொடியில் சாகும் சயனைடைக் கழுத்தில் மாட்டிக்கொண்டு, ஆயுளைக்

காப்பாற்றும் என்று இந்த காசிக் கயிற்றை எந்த நம்பிக்கையுடன் கட்டியிருக்கிறாய் தங்கச்சி?' என்று நான் கேட்டது அப்படியே தலைவர் மேதகு வே பிரபாகரன் அவர்களது காதுக்குப் போயிருக்கிறது. அதனால்தான் கடவுள் நம்பிக்கை குறித்த தன் எண்ணங்களைப் பகிர்ந்துகொண்டார்.'சின்ன வயசுல இருந்தே எனக்குக் கடவுள் நம்பிக்கை கிடையாது. ஏன்னு தெரியலை. தமிழர்களுக்குத் துரோகம் செய்த துரையப்பாவைச் சுட, முதன்முதலா ஆயுதம் தூக்கிப் போனப்ப அவர் கிருஷ்ணன் கோயில்ல சாமி கும்பிட்டுட்டு இருந்தாரு. குறிபார்க்கும்போது கிருஷ்ணர் முகம்தான் தெரிஞ்சது. 'அநியாயத்தை அழிக்க யுகம்தோறும் அவதாரமா வருவேன்' அப்படின்னு நீதானே சொன்னே என்று நினைத்துக்கொண்டே சுட்டேன். துரையப்பா செத்துட்டாருன்னு பிறகு தகவல் வந்து சேர்ந்தபோது, 'கிருஷ்ணர் என் பக்கம்'னு நினைத்தேன்.

எங்க போராட்டத்துக்கு தமிழக முதல்வர் எம்.ஜி.ஆர். அப்போது பணம் கொடுத்தார். அதை எப்படியாவது பாதுகாப்பா இங்க கொண்டு வரணும்னு கவலைப்பட்டபோது, எனக்குத் திரும்பவும் கடவுள் நினைவு வந்துச்சு. பழநிக்குப் போய் முருகனுக்கு நேர்ந்து மொட்டை

போட்டேன். கிட்டு இறந்ததற்குப் பிறகுதான் எந்தக் கணத்திலும் கடவுள் எண்ணம் தோன்றாத முழு நாத்திகனா மாறிட்டேன்' என்றார்.

தமிழோடு பல வார்த்தைகளை ஆங்கிலத்தில் இருந்தே எடுத்துப் பயன்படுத்துவது குறித்து நான் போராளிகளிடம் சற்றே கேலியாகப் பேசியிருந்தேன். அதைப் பற்றியும் அடுத்து விளக்கினார் மேதகு வே பிரபாகரன். 'தமிங்கிலீஷ்ல பேசுவதாகச் சொன்னீங்களாமே. அது உங்க நாட்டுல இருந்து இங்க இறக்குமதி ஆனதுதான். ரொம்ப நாள் வரை அப்படி இங்கே இல்லை. சமாதான காலத்துல உங்க நாட்டு டி.வி-யை இங்கே திறந்துவிட்டதன் விளைவு அது. தமிழீழம் மலரும்போது தமிழ் தமிழாக மட்டுமே இருக்கும்!' என்றார்.அடுத்து பேச்சு, திரைப்படங்கள் குறித்துத் திரும்பியது. அடுத்து 'கோபம்'னு ஒரு படம் செய்யப் போவதாகச் சொன்னேன். 'அது சம்ஸ்கிருத வார்த்தை. சினம் அல்லது சீற்றம்னு பேர் வைங்களேன்' என்றார் தமிழேந்தி. உடனே தலைவர், ' 'கோபம்'னு சொல்ற வார்த்தைக்கு இருக்கிற உணர்ச்சி அதுல இல்லை. அதனால 'கோபம்'னே இருக்கட்டும்!' என்றார். மேலும், 'தம்பி' மாதிரியான படங்கள் தொடர்ந்து பண்ணுங்கள்,

'வாழ்த்துகள்' மாதிரி தேவையில்லை என்பது அவரது எண்ணம். 'பூக்கள், பறவைகள் என்று மென்மையான விஷயங்கள் எதற்கு நமக்கு? படத்துலயும் அடிக்கணும்... நிஜத்துலயும் அடிக்கணும். அதுதான் அடிமை விலங்கை உடைக்கும்' என்றார். தமிழ் சினிமாவில் ஒவ்வொருவரைப் பற்றியும் விசாரித்தார். நம்ம போராட்டத்தை முழுமையாகப் புரிஞ்சுக்கிட்டு ஆதரிக்கிற நடிகர் சத்யராஜ்னு சொன்னேன். சந்தோஷப்பட்டார். விஜய் பற்றிப் பேசிட்டு இருந்தப்ப, 'யாழ்ப்பாணத்துக்காரரின் பெண்ணைத்தானே அவர் திருமணம் செய்திருக்கிறார்' என்று நினைவுபடுத்திக்கொண்டார். 'பாலாவும் சேரனும் நம்ம போராட்டத்தின் நியாயத்தை ஆதரிப்பவர்கள்தானே' என்று என்னிடம் கேட்டு உறுதிப்படுத்திக்கொண்டார். அமீர் பற்றி அதிகம் விசாரித்தார். அவருக்கு 'ஷிண்ட்லர்ஸ் லிஸ்ட்' மாதிரி ஈழப் போராட்டத்தை ஒரு படமாகச் செய்ய வேண்டும் என்ற ஆசை இருந்தது. எத்தனையோ பரிசோதனை முயற்சிகள் செய்து பார்த்தும், முடியாமல் போனதைச் சொல்லி வருத்தப்பட்டார். 'பாலுமகேந்திராவை மட்டும் இங்கே கொண்டுவந்து சேர்த்திருங்க. அவரை நான் பத்திரமாகப் பார்த்துக்கொள்வேன்'னு மெய்சிலிர்த்தார். திடீர்னு என்னை நினைத்தாரோ,

‘சிவாஜிக்குப் பிறகு வடிவேலுவைக் கொண்டாடுறீங்க. எனக்கும் வடிவேலுதான் தமிழ்க் கலாசாரத்தின் உண்மையான கலைஞன் மாதிரி இருக்கு. நடக்கட்டும்... நடக்கட்டும்!’ என்றார்.சிங்கள அரசுடனான பேச்சுவார்த்தைகள்தோல்வி யில் முடிந்தது பற்றி அடுத்து பேசினார். ‘வன்முறைக்கு அதை விஞ்சும் வன்முறைதான் பதிலாக இருக்க முடியும். சுமாரான வன்முறையை வைத்து வெற்றி பெற முடியாது. வலிமை உள்ளவன் வெல்வான். எனக்குப் பிறகும் இந்தப் போராட்டம் நடக்கும். என்னுடைய கவலை இளைய தலைமுறை இந்தப் போராட்டத்தின் நியாயத்தைப் புரிந்துகொள்ள வேண்டும். அதைப் புரியவைக்க நீங்கள் உங்களது பேச்சைப் பயன்படுத்த வேண்டும்’ என்றார். ‘பேசிப் பேசித்தான் காலங்கள் கரைந்து விட்டன. இனிமேல் பேசுவதில் எனக்கு நம்பிக்கை இல்லை’ என்றேன். ‘இல்லை தம்பி, பேச்சும் ஒரு படையணிதான். என் துப்பாக்கியில் இருந்து வெடிக்கும் வார்த்தைக்கும் உன் வார்த்தைக்கும் ஒரே அளவு வலிமை உண்டு. அதே போல் சினிமாவும் ஒரு படையணிதான். தமிழனுக்குத் தலைவனாக வருபவன் சாகத் துணிந்தவனாக இருக்கணும். சாகப் பயந்தவன் தரித்திரம். சாகத் துணிந்தவன் சரித்திரம். இந்தா இருக்காரே...’ என்று ஒருவரைச் சுட்டிக்

காட்டினார் பிரபாகரன். ‘இவர்தான் கடாபி. என் பாதுகாவலர். சாதாரணத் துப்பாக்கியை வைத்துக்கொண்டு இரண்டு விமானங்களைச் சுட்டு வீழ்த்தியவர். உங்கள் நாட்டில் இப்படி ஒருத்தர் இருந்தால், அனைத்து உச்ச விருதும் கொடுத்திருப்பீர்கள். எல்லாவற்றுக்கும் பயிற்சிதான் காரணம். கடுமையான பயிற்சி... எளிதான சண்டை! இது தான் இங்குள்ள தத்துவம்’ என்றார்.அவரது உடம்பு கனமாக இருப்பதாக எனக்குத் தோன்றியது. அதைக் கேட்டேன். ‘குண்டாக இருக்கிறேனே தவிர, எனக்கு எந்த நோயும் இல்லை!’ என்றார். நன்றாகச் சாப்பிடுகிறார். ‘இங்கு நடக்கும் சமையலுக்கும் நான் தான் டைரக்ஷன்’ என்றார். ராணுவம் சம்பந்தமாக ஆயிரக்கணக்கான ஆங்கிலப் புத்தகங்கள் இருந்தன. முக்கியமானவை அனைத்தையும் தமிழில் மொழிபெயர்த்து வைத்திருந்தார்.

எம்.ஜி.ஆரைப் பற்றிப் பேசும்போது எல்லாம் அவரது முகம் மலர்கிறது. அவர் அமைப்புக்குச் செய்த உதவி பற்றி எல்லாம் சிலாகித்துச் சொன்னார். அமைதிப்படையுடன் விடுதலைப் புலிகள் சண்டை போட்டுக்கொண்டு இருந்த காலத்தில், திடீரென்று ஒருநாள் கிட்டுவை அழைத்த எம்.ஜி.ஆர், ஒரு பெட்டியில் 36 லட்சம் ரூபாய் பணத்தை வைத்துக்

கொடுத்தாராம். 'உங்களது நாட்டை எதிர்த்துப் போரிடும்போது எம்.ஜி.ஆர். கொடுத்தார். 'அது தேசத் துரோகமா?' என்றெல்லாம் அவர் யோசிக்கவில்லை. எங்களது நோக்கத்தை மட்டும்தான் பார்த்தார்!' என்று வார்த்தைகளில் அத்தனை நன்றி தொனிக்கப் பேசிக்கொண்டே இருந்தார்.

அவரைச் சந்தித்துவிட்டு வந்த பிறகு, என்னுடன் இருந்த சேரலாதனிடம் அதைப் பற்றிப் பெருமை பேசிக்கொண்டு இருந்தேன். அவர் அதில் ஆர்வம் காட்டவில்லை. 'ஏன்?' என்று கேட்டேன். அது உங்களுக்கும் தலைவருக்குமான தனிப்பட்ட சந்திப்பு. அது பற்றி எனக்குச் சொல்ல வேண்டியதில்லை என்றவர், 'இங்கு தலைவர் மட்டுமே நம்பிக்கைக்கு உரியவர். மற்றவரில் யாரும் துரோகியாகலாம். நான் உட்பட!' என்று கூறி நிறுத்தினார். என் இதயம் அதிர்ந்து அடங்கியது. மயூரி என்ற காயம்பட்ட பெண் போராளிகளின் காப்பகத்துக்குச் சென்றேன். 'கண்டேன் பிரபாகரனை' என்று அங்கிருந்த தங்கை யிடம் சொன்னேன். 'யாருக்கும் கிடைக்காத பாக்கியம் அது. நீங்கள் இந்த இனத்துக்கு உண்மை யாக இருங்கள்' என்றாள் அவள்.

செந்தமிழன் சீமானின்

ராமேசுவர பேச்சு!

*"கைவேல் களிற்றொடு போக்கி வருபவன்
மெய்வேல் பறியா நகும்."*

2008... ஈழப்போர் உச்சத்தில் இருந்த காலகட்டம் அது. துப்பாக்கித் தோட்டாக்களாலும், பீரங்கிக் குண்டுகளாலும் கொத்துக்கொத்தாக ஈழத் தமிழ் மக்கள் கொன்றுகுவிக்கப்பட்ட துயர்மிகு நாள்கள் அவை. ஒட்டுமொத்த தமிழகமும் மிகப்பெரிய கொந்தளிப்பில் இருந்தது. போரை தடுத்து நிறுத்தச்சொல்லி ஆங்காங்கே போராட்டங்களும் ஆர்ப்பாட்டங்களும் வெடித்தன.தமிழக திரைத்துறையினரின் சார்பாக, ராமேஸ்வரத்தில் இயக்குநர் பாரதிராஜா தலைமையில், பேரணியும் பொதுக்கூட்டமும் நடைபெற்றது. அந்த நிகழ்ச்சி தனியார் தொலைக்காட்சியில் ஒன்றில் நேரடி ஒளிபரப்பும் செய்யப்பட்டது. திரைத்துறையினரின் போராட்டம் மிகவும் மென்மையான முறையில் இருக்கும் என அனைவரும் நினைத்துக்கொண்டிருந்த நேரத்தில், மேடைக்கு வந்தார் ஒருவர். கறுப்பு உடையில், நடுத்தர வயதில், வலிமையான உடலமைப்போடு வந்த அவர்

ஒலிவாங்கியை பிடித்துப் பேசத்தொடங்கினார்.``ராமேஸ்வரத்தில் இந்தக் கூட்டத்தை நடத்த வேறு எந்தக் காரணமும் இல்லை. இவ்வளவு தூரம் வந்த எங்களால் ஈழம் நோக்கியும் வரமுடியும். அதனால் எச்சரிக்கிறோம் ராஜபக்ஷே அவர்களே... இத்தோடு நிறுத்திக்கொள்ளுங்கள். இல்லை, கடுமையான விளைவுகளைச் சந்திக்க நேரிடும்'' எனப் பேச ஆரம்பித்தார். நாலாபுறம் கைத்தட்டல்கள் பறந்தன. கீழே சீமான் என பெயர் ஒளிபரப்பப்பட்டது.திரைபட இயக்குநராக இருந்த காலம் தொட்டே, மிகத் தீவிரமான ஈழ ஆதரவாளராக விளங்கி வந்திருந்தாலும் திராவிட இயக்க மேடைகளில் நரம்புகள் முறுக்கேற, கணீர் குரலில் விடுதலைப் புலிகளின் வீரம் பற்றியும் ஈழ மக்களின் உரிமைகள் பற்றியும் தொடர்ந்து முழங்கி வந்திருந்தாலும் அதுவரைக்கும், தமிழ் உணர்வாளர்கள், ஈழ ஆதரவாளர்கள் நடுவில் மட்டுமே அறியப்பட்டிருந்த செந்தமிழன் சீமான், ராமேஸ்வரத்தில் நடந்த கூட்டத்தில் பேசிய பிறகுதான் பொதுத்தளத்தில் பிரபலமானார். அதில் தனக்கே உரிய பாணியில் செந்தமிழன் சீமான் நிகழ்த்திய உரைக்குப் பிறகுதான், தமிழக மக்களின் கவனம் அவரின் மீது திரும்பியது.அதற்கடுத்து தொடர்ச்சியாக நடந்த கூட்டங்களில் செந்தமிழன் சீமான் பேச்சைக் கேட்பதற்காகவே, மக்கள்

கூட்டம் அலை மோதியது. செந்தமிழன் சீமான் எவ்வளவு மணி நேரம் பேசினாலும், சிறிதும் சலசலப்பின்றி மக்கள் கூட்டம், அவரின் பேச்சை உன்னிப்பாகக் கவனித்தது. பல ஆண்டுகளாக தொடர்ச்சியாக ஈழ ஆதரவுப் போராட்டங்களை முன்னெடுத்து வந்த தலைவர்களும் கூட,செந்தமிழன் சீமானின் பேச்சுக்குக் கிடைத்த வரவேற்பைப் பார்த்து,செந்தமிழன் சீமானை முன்னிலைப்படுத்தியே பல கூட்டங்களை நடத்தினர்.தமிழகமெங்கும் ஈழ உணர்வாளர்களால் நடத்தப்பட்ட கூட்டங்களில் அவர் கலந்துகொண்டு உரை நிகழ்த்தினார். எந்தவித தொய்வும் இல்லாமல், உரத்த குரலில் முழங்கும் அவரின் பேச்சுக்கு இளைஞர்களும் கிளர்ந்தெழுந்தார்கள். அவரின் பின்னால் மிகப்பெரிய இளைஞர் கூட்டம் திரளத் தொடங்கியது. தொடர்ந்து. ஈழச் செயற்பாட்டாளர்கள் ஒருங்கிணைந்து `நாம் தமிழர்' இயக்கத்தை உருவாக்கினர். இளைஞர்களின் நம்பிக்கை நாயகனான விளங்கிய செந்தமிழன் சீமான் ஒருங்கிணைப்பாளரானார்.

செந்தமிழனும் செந்தமிழும் !

"நிறைமொழி மாந்தர் பெருமை நிலத்து
மறைமொழி காட்டி விடும்."

செந்தமிழன் சீமான் அவர்கள்,அவரது வாழ்த்துகள் திரைப்படத்தின் வசனங்களை தூய தமிழில் கொடுத்திருப்பார்.அது மட்டுமல்ல இன்றைய தமிழ் இளம் தலைமுறைகள் தமிழின் பெருமைகளை பெருவாரியாக எண்ணி பார்ப்பதும்,கற்க முயல்வதும் அதிகரித்துள்ளது,என்றால் அதற்கு செந்தமிழன் சீமான் என்னும் ஒரு தமிழ் புயல் தான் காரணம்.செந்தமிழன் சீமான் அவரது ஒவ்வொரு மேடைகளிலும் விழாக்களிலும் பேசும் பொழுது தமிழர்கள் பற்றியும் தமிழை பற்றியும் ஏராளமான தகவல்களை சொல்வதோடு அதை அனைவரும் கடைபிடிக்குமாறு ஊக்கப்படுத்துவார்.இவ்வாறு செந்தமிழன் சீமானின் செயல்களை திரு.ஜேம்ஸ் வசந்த் போன்ற நடுநிலையாளர்களும் மேலும் பலரும் அவரது தமிழ் புலமையை பாராட்டியதுண்டு.செந்தமிழன் சீமான் எளிதில் வளர்ந்து விடவில்லை.அவர் விடுதலை புலிகள் இயக்கத்தின் தலைவர் மேதகு வே பிரபாகரன் அவர்களை ஆதரித்து பேசியதற்காகவே பல,முறை பல வழக்குகளில் கைது

செய்யப்பட்டுள்ளார்.இருந்தும் இந்த
ஒப்பற்ற தமிழ் இனத்தின் விடுதலைக்காக
அயராது உழைப்பதனாலேயே,இவர்
இத்தலைமுறைக்கு இந்த நூற்றாண்டின்
ஒப்பற்ற புரட்சியாளராக
போற்றப்படுகிறார்.

தமிழ்தேசிய அரசியலும்,செந்தமிழன் சீமானும் !

"அஞ்சாமை ஈகை அறிவூக்கம்
இந்நான்கும்
எஞ்சாமை வேந்தர்க் கியல்பு."

தமிழ்நாட்டில் உள்ள தமிழர்களை, தமிழக மக்களைக் கொண்டு அமையும் தேசியமே தமிழ்த் தேசியம் ஆகும்.எமது தேசிய இனம் தமிழர், எமது தேசிய மொழி தமிழ், எமது தேசம் தமிழ்த்தேசம் இறையாண்மையுள்ள தமிழ்த்தேசம் எமது இலக்கு என்னும் கருதுகோளே தமிழ்த்தேசியம். அது தமிழர்கள் தங்கள் வாழ்வியல் சிக்கல்களான பிறமொழியினர் தமிழர்கள் மீது நடத்தும் ஆதிக்கம் மற்றும் சமூக, பொருளியல், அரசியல் சிக்கல்களிலிருந்து தம்மைத் தாமே விடுவித்துக்கொள்ளும் நோக்கில் உருவாகியுள்ள கருத்தியல் ஆகும். இது தமிழர்களின் நிலப்பரப்பு, மொழி, சமூகம் ஆகியவற்றின் இணைவினைக் குறிக்கும் கோட்பாடாக அமைந்துள்ளது.தமிழ்த்தேசியம் என்ற சொற்கோவையில் உள்ள தமிழ் என்ற

சொல், தமிழையும் தமிழ்பேசும் இனத்தையும் குறிக்கிறது. தேசியம் என்பது தேச இருப்பு அதற்குறிய அரசியல் உரிமை, பண்பியல் ஆகியவற்றைக் குறிக்கிறது. தேயம் எனும் சொல் நாட்டைக் குறிக்க பழந்தமிழர்கள் பயன்படுத்திய சொல்லாகும். கழக(சங்க) இலங்கியங்கள் பலவற்றுள் தேயம் எனும் சொல் மொழிவழியில் தம் நாட்டையும் பிறநாட்டையும் குறித்து நிற்கின்றன. மொழிபெயர் தேயம் என்கிறது அகநானூறு 295 பாடல். தமிழ்த்தேசியம் என்கிற சொல் தமிழக அரசியல் உலகில் ம.பொ.சி அவர்களின் கட்சியான தமிழரசுக் கட்சிக்காலத்திலேயே தோன்றிவிட்ட ஒரு சொல்லாகும். இந்தியாவின் பல்வேறு இனங்களை தேசிய இனங்கள் என்று விளித்துப் பேசினார். அவர் சிலப்பதிகாரத்தை தமிழ்த்தேசியக் காப்பியம் எனக் கூறிப் பரப்பினார். அவ்வப்போது ம.பொ.சி உள்ளிட்டோரால் தமிழ்த்தேசியம் எனும் சொல் பொதுவாக ஆளப்பட்டது. திமுகவிலிருந்து பிரிந்து ஈ.வெ.கி சம்பத் தொடங்கிய தமிழ்த்தேசியக் கட்சி இச்சொல்லை தேர்தல் அரசியலில் அறிமுகம் செய்தது. ஆயினும் தமிழ்த்தேசியம் எனும் சொல்லுக்குப் பல காலமாக அரசியல் உலகில் நிலைத்தன்மை கிடைக்கவில்லை. 1980களில் தமிழகத்தில் தோன்றிய தமிழ்த்தேசிய இயக்கங்கள்,

தமிழ்த்தேசியத் தலைவர்கள், அறிஞர்கள் ஆகியோரால் இச்சொல் தொடர்ச்சியாகப் பயன்படுத்தப்பட்டது. 1990களில் பொது அரசியல் வெளியில் வேர்கொள்ளத் தொடங்கியது. 2009 காலகட்டத்தின் முள்ளிவாய்க்கால் தமிழர் இனப்படுகொலைக்குப் பிறகு தமிழ்த்தேசியம் தமிழர்களின் அறியப்பட்ட பொது அரசியல் கருத்தியலாக வளர்ந்தது. இவ்வாறாக தற்காலத்தில் தமிழர்கள் தமிழ் என்னும் தங்களின் தேசிய மொழியாலும் நிலப்பரப்பாலும் தம்மை அணிதிரட்டிக்கொள்ள ஊக்குவிக்கும் ஒரு கருத்தியலைச் சுட்டுவதாகவும் தமிழ்த்தேசியம் எனும் சொல் முதிர்ச்சியடைந்துள்ளது.தேசம் குறித்த கருத்தியல் தேசியம் ஆகும்.ம.பொ.சியின் செங்கோல் ஏடு தமிழ்த்தேசியக் கருத்தியல் வளர்ச்சியில் பெரும்பங்காற்றியது.தமிழர் இனப்பெருமை பேசுவதோ, தமிழ்மொழிப் பெருமை பேசுவதோ மட்டும் தமிழ்த்தேசியம் ஆகாது. தமிழ்த்தேசியத்தின் உட்பிரிவுகளாக தமிழகத் தமிழ்த்தேசியம், தமிழீழத் தேசியம் ஆகியன உள்ளன. இவற்றுள் பல்வேறு வேறுபாடுகள் இருந்தபோதிலும் மெய்யியல் நோக்கில் தமிழ்த்தேசியம் எளிமையானதாக இருக்கிறது. தமிழ்த்தேசியம் என்பது தமிழர்கள் தங்களைத் தேசிய இனமாகத் திரட்டிக்கொள்வதை நோக்கிய

கருத்தோட்டம் எனக்கூறலாம். மேலும் தமிழ்த்தேசியம் என்பது இனவிடுதலைக் கொள்கையாகவும் விளக்கப்படுத்தப்படுகிறது. தமிழ்த்தேசியம் சாதியொழிப்பிற்கும் பெண் விடுதலைக்குமான உயர்நுட்பக்கருவி எனலாம்.மொழிவாரித்தேசியர்கள் சாதிய முரணைப் பின்னுக்குத் தள்ளி மொழி மற்றும் தேசி இன அடிப்படையிலான முரண்களை முதன்மைப்படுத்த முனைந்தனர். இவ்வாறு திரட்டிக்கொள்வதற்கு அவர்களுக்கு இரு பற்றுக்கோடுகள் நடைமுறையில் உள்ளன. நிலப்பரப்பு மற்றும் மொழி ஆகியவனவே அவையாகும். தமிழ்த்தேசியம் தனக்கு முன் அரசியல் களத்தில் முதன்மையாக நின்று நிலவிய திராவிடம், இந்தியத்தேசியம், தலித்தியம் ஆகிய கருத்தோட்டங்களிலிருந்து வேறுபட்ட உள்ளடக்கங்களைக் கொண்டுள்ளது.தமிழக அரசியல் வரலாறு என்பது கடந்த 50 வருடங்களாக திராவிடத்தை சுற்றித்தான் இயங்கி வருகிறது. இன்றும் ஆட்சிக் கட்டிலில் மாறி மாறி திராவிடக் கட்சிகள் தான் ஆண்டு வருகின்றன. காங்கிரஸ், பாஜக போன்ற தேசியக் கட்சிகள் இருந்தாலும் அவை தமிழகத்தில் ஆட்சியை பிடிக்கும் நிலையில் இல்லாத நிலை இருக்கிறது என்பதே பலரது கருத்தாக இருக்கிறது. இதுதவிர சில மாநில கட்சிகள் இருந்தாலும், அவை

திராவிடக் கட்சிகளின் கூட்டணியை கடந்து தனித்து இயங்குவதில்லை.இந்த அனைத்திற்கு மாற்றாக 'நாம் தமிழர்' என்னும் கட்சியை மீட்டெடுத்து, தமிழ்த் தேசிய அரசியலை வெற்றிகரமாக முன்னெடுத்து சென்றுகொண்டிருக்கிறார் செந்தமிழன் சீமான். 'நாம் தமிழர்' கட்சியை நிறுவியது சி.பா. ஆதித்தனார். ஆனால் அந்த கட்சியை மீண்டும் ஒருங்கிணைத்து தற்போது தமிழ் தேசிய அரசியல் பாதையில் பயணிப்பவர் செந்தமிழன் சீமான். மற்ற தமிழ் தேசிய அரசியல் தலைவர்களை விட முன்னோக்கி சென்றுவிட்டார் என்றே கூறலாம். தமிழ்த் தேசிய அரசியல் என்பது நீண்ட காலம் தமிழகத்தில் இருந்து வந்தாலும், எந்த தமிழ்த் தேசிய அரசியல் கட்சியும் எட்டாத இளைஞர்கள் செல்வாக்கை செந்தமிழன் சீமான் எட்டியிருக்கிறார் என்று கூற வேண்டும்.ஆரம்பத்தில் பெரியாரை ஆதரித்தார், பின்னர் எதிர்த்தார். திராவிடத்தை ஆதரித்தார், பின்னர் எதிர்த்தார். கடவுளை எதிர்த்தார், தற்போது ஆதரிக்கிறார். சினிமா நடிகர்களை சில மேடைகளில் புகழ்கிறார், சில மேடைகளில் விமர்சிக்கிறார் என சீமான் மீது பல விமர்சனங்கள் இருந்தாலும், அவரது பின்னால் ஏராளமான இளைஞர்கள் திரண்டு நிற்கின்றனர் என்பது மறுக்க முடியாத ஒன்றாகும். அதற்கு காரணம் அவரிடம் இருக்கும் ஆவேசம் கலந்த, தமிழ் தேசிய

அரசியல் பேச்சு. இளைஞர்களை பெரிதும் கவரும் விதமாக இருக்கும் இவரின் பேச்சில், நகைச்சுவையான கிண்டல்களும் கலந்திருக்கும். இதுதான் இளைஞர்களை ரசிக்க வைக்கிறது எனலாம்.கட்சி தொடங்கியது முதல் இதுவரை எந்தக் கட்சியுடனும் கூட்டணி வைக்காமல் இருப்பது, எந்த இடைத்தேர்தலாக இருந்தாலும் போட்டியிடுவது. எந்த தலைவரையும், பதவியில் இருப்பவரையும் விமர்சிப்பது. கொட்டும் மழையில் பேசுவது. தமிழ் பாரம்பரியம் சார்ந்த உணவுகள், மரங்கள் மற்றும் வாழ்வியல் முறைகளுக்காக குரல் கொடுப்பது என செந்தமிழன் சீமானின் தனித்துவத்தை ஒரு பட்டியலே போடலாம். அதுமட்டுமின்றி கட்சியை ஒருங்கிணைத்தது முதல் இன்று வரை அவர் கூறும் ஒரே தலைவரின் பெயராக விடுதலைப் புலிகளின் தலைவர் மேதகு வே பிரபாகரனின் பெயர் இருக்கிறது. ஒவ்வொரு முறையும் மேதகு வே பிரபாகரனின் பிறந்த நாளை விழா எடுக்கிறார். இது கணிசமான பிரபாகரனின் பிரியர்களை அவர் பக்கம் இழுத்திருக்கிறது எனலாம்.சினிமாவில் பெரிதளவும் பிரபலம் ஆகவிட்டாலும், இன்று தமிழ்நாட்டில் எந்த இடத்தில் கேட்டாலும் செந்தமிழன் சீமான் என்றால் தெரியும் என்ற அளவிற்கு அவர் பிரபலமாகிவிட்டார் என்றால் அது மிகையல்ல. மற்ற கட்சிகளைப் போல தொண்டர்கள் என்று கூறாமல் தனது

கட்சியில் இருக்கும் அனைவரையுமே தம்பிகள் என்று அழைப்பதும் சீமான் பக்கம் இளைஞர்களை இழுத்திருக்கிறது. இவருக்கு சமூகத்தில் மட்டுமில்லாமல், சமூக வலைத்தளங்களில் ஒரு கூட்டம் இருக்கிறது.செந்தமிழன் சீமான் அவர்கள் நடந்து வந்த பாதை திராவிடம் என்றாலும்,அவர் வழிநடத்தும் பாதை தமிழ் தேசியம் என்னும் நாம் தமிழர் பாதையே.

நாம் தமிழர் கட்சி !

அனைத்து உயிர்களுக்குமான அரசியல் அதுவே,நாம் தமிழர் கட்சியின் தமிழ் தேசிய அரசியல்.நாம் தமிழர் கட்சி தமிழ்த் தேசிய, ஈழப் போராட்ட ஆதரவு உடைய,தமிழ்நாடு மற்றும் புதுச்சேரி மாநிலங்களில் செயல்படும் ஓர் அரசியல் கட்சி ஆகும்.இந்தக் கட்சி மே மாதம் 18 ஆம் நாள் 2010 ஆம் ஆண்டில் செந்தமிழன் சீமானால் தொடங்கப்பட்டது. தினத்தந்தி நாளிதழின் நிறுவனர் சி.பா.ஆதித்தனார் நடத்தி வந்த "நாம் தமிழர் இயக்கத்தின்" தொடர்ச்சியே செந்தமிழன் சீமானால் ஆரம்பிக்கப்பட்ட கட்சி ஆகும்.

நாம் தமிழர் கட்சி தலைமை அலுவலக முகப்பு
இக்கட்சி தமிழகம் மற்றும் புதுச்சேரியில் காணப்படுகிறது. 2009 மே 18 ஆம் தேதி இலங்கையில் விடுதலைப்புலிகளுக்கும், இலங்கை இராணுவத்திற்கும் நடைபெற்ற போர் முடிந்துவிட்டதாக இலங்கை அரசாங்கம் அறிவித்தது. அந்தப் போரில் பல ஆயிரக்கணக்கான தமிழர்கள் கொல்லப்பட்டனர், இதையடுத்து அதை தொடர்ந்த ஒரு வருடத்தில் "நாம் தமிழர் கட்சி" தமிழ்த் தேசிய கொள்கைகளை பறைசாற்றிக்கொண்டு ஆரம்பிக்கப்பட்டது.

நாம் தமிழர் கட்சியின் கொள்கைகளாக அறிவிக்கப்பட்டுள்ளவை கீழ்வருமாறு:
தமிழின மீட்சியே முதன்மை நோக்கம். ஈழத்தமிழர் பிரச்சினைக்கு ஒரே தீர்வு தனித்தாயகத் தனியரசு அமைப்பது தான். தமிழீழத் தனியரசு அமைக்கப் போராடுவது.
மாநிலம் அனைத்திற்கும் தன்னுரிமை தேசிய இனங்களின் பிறப்புரிமை !
இறையாண்மையுள்ள குடியரசுகளின் கூட்டு இணைப்பாட்சியாக அரசியல் சட்டம் திருத்தப் போராடுவது, அதற்கான அரசியல் சட்டதிருத்திருத்தம் செய்திடப் போராடுவது.
தமிழை வாழவைப்பது, தமிழனை ஆள வைப்பது.
சமதர்மப் பாதைக்கு வழிவகுத்திட

தற்போதுள்ள கூட்டுறவு முறையை மக்கள் கூட்டுறவாய் மலரச் செய்வது.
நிலமற்றிருக்கும் நாற்பது சத மக்களுக்கும் மனையோ அல்லது நிலமோ கிடைக்க நிலச்சீர்திருத்தம் செய்திடுவது.
இயற்கைக்கு உகந்த வகையில் பெரும்பான்மை மக்களுக்கேற்ற அறிவியல் கண்டுபிடிப்புகளை வளர்த்தெடுப்பது.
தொழில் நுட்பக்கல்வியை ஊக்குவிப்பது.
உலகத் தமிழர்களையெல்லாம் ஒன்றிணைத்து தமிழர் உரிமை வென்றிடப் போராடுவது.
சமனியத் தமிழரசை நிலைநாட்டுவது.
பொருளியல் ஏற்றத் தாழ்வுகளை அகற்றுவது.
உழைப்புச் சுரண்டலை நியாயப்படுத்தி ஒழுங்கமைக்கும் வருணாசிரம சனாதனக் கொள்கையை அழிப்பது.
சாதி சமய ஆதிக்கத்தை ஒழிப்பது.
சமத்துவமாய் வாழ வழிவகை செய்வது.
சாதி சமய வேறுபாடுகளைக் கடந்து நாம் தமிழராய் ஒன்றிணைவது.தமிழருக்கான ஆட்சியை வென்றெடுப்பது.
மகளிருக்குச் சமபங்கு அளிப்பது பிச்சையல்ல! — அதை அடைவது பிறப்புரிமை! — எனவே அதற்காகப் பாடுபடுவது.
எங்கும் தமிழ் எதிலும் தமிழ்! தமிழைக் கற்போம்! தமிழில் கற்போம்!
அனைத்து நிலையிலும் தமிழே ஆட்சிமொழியாகவும் பேச்சு மொழியாகவும் இடம்பெறச் செய்தல்,

அனைத்து இடத்திலும் தமிழே வழிபாட்டு மொழியாகவும் வழக்காடு மொழியாகவும் இருக்கச் செய்தல்.

தமிழ்வழியில் கற்றோருக்கே தமிழகத்தில் வேலைவாய்ப்பு எனும் நிலையினை உருவாக்குதல்.

ஊடகக்கலை பண்பாட்டுச் சீரழிவுகளை உரிய பண்பாட்டுப் புரட்சி மூலம் தடுப்பது.

சமயச் சார்பற்று நடத்தல்.மேலும் தனிப்பட்ட நபர்களின் சமயங்களில் தலையிடாது இருப்பது.

அரசியல் தலையீடு அற்ற நீதி நிர்வாகம்.

கையூட்டு ஊழலற்றதாய் அனைத்து நிர்வாகம்

மகளிர் — ஆடவர் சுயஉதவிக் குழுக்கள் மூலம் மக்களின் அடிப்படைத் தேவைகளை நிறைவேற்றும் தற்சார்பு பொருளாதாரத் திட்டத்தை உருவாக்குவது.

அதிகாரமும் பொருளும் பரவலாக்கப் போராடுவது. அதிகாரமும் பொருளும் பிரமிடுபோல் கட்டமைப்பது.

தனியார் மயக் கொள்ளை இலாபத்தைத் தடுப்பது, கறுப்புப் பண கள்ளச்சந்தையை ஒழிப்பது!

அமைப்புத் தொழிலாளர் — அமைப்பு சாரா தொழிலாளர் வேறுபாடு அகற்றி வாழ்வுரிமையை நிலைநாட்டுவது.

மருத்துவ வசதி அளிப்பதை அடிப்படை உரிமையாக்குவது. அனைத்து மருத்துவ வசதிகளும் அடித்தட்டு மக்களுக்குக் கிடைக்கச் செய்வது.

இந்தியாவில் பிற மாநிலங்களில் வாழும்

தமிழர்களுக்கு உரிமையும் பாதுகாப்பும் முறைப்படி கிடைத்திட தேசிய இன நட்புறக் கழகம் மாநிலந்தோறும் அமைப்பது. (எ-டு) தமிழர் — வங்காளியர் நட்புறவுக் கழகம்.
பண்பாட்டுச் சுற்றுலாவை மேம்படுத்தி உலகத் தமிழரை ஒருங்கிணைப்பது.
அனைத்து முறைகேடுளை விசாரிக்க மக்கள் நிதீமன்றம்! நிதீமன்றத் தீர்ப்பையும் விமர்சிக்க சட்டம் இயற்றுவது.
சிலம்பம், களரி முதலான தமிழர் தம் வீரவிளையாட்டுகளுக்கு முன்னுரிமை அளிப்பது

2016 ஆம் ஆண்டிலிருந்துதான் நாம் தமிழர் கட்சி தேர்தல்களில் போட்டியிட ஆரம்பித்தது. இதற்கு முந்தைய 2011 சட்டமன்ற தேர்தல் மற்றும் 2014 மக்களவை தேர்தல்களில் போட்டியிடவில்லை. 2016 ஆம் ஆண்டு சட்டமன்றத் தேர்தலில் நாம் தமிழர் கட்சி 234 தொகுதிகளிலும் தனித்துப் போட்டியிட்டு 4,58,104 வாக்குகளுடன், சதவிகித அடிப்படையில் 1.07% வாக்குகளைப் பெற்று ஒன்பதாமிடம் வந்தது

டாக்டர் ராதாகிருட்டிணன் நகர் இடைத்தேர்தலில் தனித்து போட்டியிட்டு நாம் தமிழர் கட்சி சார்பாக

கலைக்கோட்டுதயம் வேட்பாளராக நிறுத்தப்பட்டார். இந்த இடைத்தேர்தலில் 3802 வாக்குகள் பெற்று 2.15% சதவிகிதத்துடன் நாம் தமிழர் கட்சி நான்காவது இடம் பெற்றது

2019 ஆம் ஆண்டு தமிழகம் மற்றும் புதுச்சேரியில் நாற்பது தொகுதிகளிலும் நாம் தமிழர் கட்சி தனித்துப் போட்டியிடுவதாய் அறிவித்து அதற்கானச் சின்னத்தை ஒதுக்கக்கோரி தேர்தல் ஆணையத்தை அணுகியது. ஆனால் 2016 சட்டமன்ற தேர்தலில் வழங்கப்பட்ட 'இரட்டை மெழுகுவர்த்தி' சின்னம் மறுக்கப்பட்டது. அதனை மேகாலாயாவிலுள்ள ஒரு மாநிலக் கட்சி தங்களுக்கான அங்கீகரிக்கப்பட்டச் சின்னமாகப் பெற்றுவிட்டது எனக் கூறி மறுத்தார்கள்.பிறகு தேர்தல் ஆணையத்தின் சின்னப்பட்டியலில் புதிதாகச் சேர்க்கப்பட்ட விவசாயி சின்னத்தை நாம் தமிழர் கட்சி கோரியதால், அதனை ஒதுக்கினார்கள்.ஆனால் அச்சின்னத்தை வாக்குப்பதிவு எந்திரத்தில் அச்சிடுகிறபோது தெளிவற்றதாக, மிகவும் மங்கலானதாகப் பொறித்து இருட்டடிப்பு செய்தார்கள். இதுகுறித்து முறையிட உயர்நீதிமன்றத்தையும், உச்ச நீதிமன்றத்தையும் நாம் தமிழர் கட்சி அணுகியபோதும், அதற்கான நீதி நாம்

தமிழர் கட்சிக்கு கிடைக்கவே இல்லை.ஏப்ரல் மாதம் 18 ஆம் தேதி நடைபெற்ற நாடாளுமன்ற தேர்தலில் நாம் தமிழர் கட்சி தனித்துப் போட்டியிட்டது. தமிழகம் மற்றும் புதுவையிலுள்ள 40 தொகுதிகளுக்கான நாடாளுமன்றத் தேர்தல் மற்றும் 19 தொகுதிகளுக்கான சட்டமன்ற இடைத்தேர்தலில் போட்டியிடும் வேட்பாளர்களை ஒரே மேடையில் அறிமுகப்படுத்தும் மாபெரும் பொதுக்கூட்டம் 23.03.2019 அன்று மாலை 05 மணியளவில் சென்னை, மயிலாப்பூர் மாங்கொல்லை திடலில் நடைபெற்றது. இதில் புதுச்சேரி உட்பட 40 தொகுதிகளில் 20 பெண் வேட்பாளர்கள் 20 ஆண் வேட்பாளர்கள் என இருபாலருக்கும் சரிபாதி இடம்கொடுத்து தமிழகமெங்கும் பரப்புரை செய்தார் செந்தமிழன் சீமான். இதில் நீலகிரி மக்களவை தொகுதி பெண் வேட்பாளரின் வேட்புமனு நிராகரிக்கப்பட்டது. மேலும் வேலூர் மக்களவை தொகுதியில் தேர்தல் நிறுத்தப்பட்டது. வேலூர் நாடாளுமன்றத் தொகுதிக்கான தேர்தல் ஆகஸ்ட் மாதம் 5 ஆம் தேதி நடைபெற்றது. இந்த தேர்தலில் தனித்து போட்டியிட்டு 26,995 வாக்குகளைப் பெற்றது,நாம் தமிழர் கட்சி.

18 தொகுதி இடைத்தேர்தல் ஏப்ரல் 18 ஆம் தேதியும், 4 தொகுதி இடைத்தேர்தல் மே மாதம் 19 ஆம் தேதியும்

நடைபெற்றது. இந்த இடைத்தேர்தலிலும் நாம் தமிழர் கட்சி தனித்துப் போட்டியிட்டது. இதில் ஆண், பெண் வேட்பாளர்களை சரிபாதி தொகுதிகளில் போட்டியிட வைத்து பரப்புரை செய்தார் செந்தமிழன் சீமான்.தமிழக சட்டமன்ற தேர்தலில் நாம் தமிழர் கட்சி 234 தொகுதிகளிலும் தனித்து போட்டுயிட்டது. மார்ச்சு 7, 2021 அன்று சென்னை ஒய்.எம்.சி.ஏ மைதானத்தில் கட்சியின் 234 வேட்பாளர்களையும் ஒரே மேடையில் சீமான் அறிமுகம் செய்து வைத்தார். சென்னை திருவொற்றியூர் தொகுதியில் சீமான் போட்டியிடுவதாக அறிவிக்கப்பட்டது. ஆண் வேட்பாளர்கள் 117 பேர், பெண் வேட்பாளர்கள் 117 பேர் என மொத்தம் 234 வேட்பாளர்கள் போட்டியிட்டனர்.புதுச்சேரியிலும் நாம் தமிழர் கட்சி தனித்து போட்டியிட்டு வேட்பாளர்கள் அறிமுகம் செய்யப்பட்டனர். 14 ஆண்; 14 பெண் வேட்பாளர்கள் என 28 வேட்பாளர்கள் போட்டியிட்டனர்.

2021 யில் நடந்த சட்டமன்ற தேர்தலில் நாம் தமிழர் கட்சி சுமார் 31,37,095 வாக்குகளை பெற்றது.

நாம் தமிழர் கட்சியின்

பொதுப்பணிகள்!

சீர்திருத்த பேச்சுகளை நாம்தமிழர் கட்சியின் தலைமை ஒருங்கிணைப்பாளர் செந்தமிழன் சீமான் மேடைகளில் முழங்குவதோடு நின்றுவிடாமல்,தானும் தன் தம்பி தங்கைகளுடன் சேர்ந்து கட்சியில் பல படை பிரிவுகளை துவக்கி பொது வெளியில் பல நன்மைகளை செய்து வருகிறார்கள் என்பது ஆகச்சிறப்பு.

நாம் தமிழரின் படை பிரிவுகள்:

இளைஞர் பாசறை
மகளிர் பாசறை
வீரத்தமிழர் முன்னணி
வழக்கறிஞர் பாசறை
குருதிக்கொடை பாசறை
சுற்றுச்சூழல் பாசறை
வனம் செய்வோம்
தகவல் தொழில் நுட்பப் பாசறை.
தமிழ் மீட்சிப் பாசறை
தொழிலாளர் நலச் சங்கம்
தகவல் தொழில்நுட்பப் பணியாளர்கள் பிரிவு
மாணவர் பாசறை

வணிகர் பாசறை
உழவர் பாசறை
மாற்றுத் திறனாளிகள் பாசறை
மற்றும் சில.

இளைஞர் பாசறை:

நாம் தமிழர் கட்சியின் இளைஞர் பாசறை செயல்பாடுகளில் சில

1.11-01-2017 விவசாயிகளின் கடன்களைத் தள்ளுபடி செய்து இழப்பீடு வழங்கக்கோரி மாபெரும் கண்டன ஆர்ப்பாட்டம் — வள்ளுவர் கோட்டதில் நாடடைபெற்றது.
உலகிற்கே உணவு படைக்கும் உழவர் கூட்டம் இன்று பயிர் வாடியதால் உயிர் வாடிச் சாகும் துயரநிலை தொடர்கிறது. இதைத் தடுக்கத் தமிழகத்தை வறட்சி மாநிலமாக அறிவித்து வேளாண் பெருங்குடிமக்கள் பெற்ற கடன்களைத் தள்ளுபடி செய்து உரிய இழப்பீட்டுத்தொகை வழங்கக்கோரி நாம் தமிழர் கட்சியின் இளைஞர் பாசறை நடத்திய மாபெரும் கண்டன ஆர்ப்பாட்டம் 11-01-2017 புதன்கிழமை, மாலை 2 மணிக்குச் சென்னை வள்ளுவர் கோட்டத்தில் தலைமை ஒருங்கிணைப்பாளர் செந்தமிழன் சீமான்

அவர்கள் தலைமையில் நடைபெற்றது.இதில் நாம் தமிழர் கட்சியின் பொறுப்பாளர்கள், உறுப்பினர்கள் உள்ளிட்ட பொதுமக்கள் பெருந்திரளாகக் கூடி விவாசாயிகளின் தொடர் தற்கொலைகளைத் தடுத்து நிறுத்த தவறிய மத்திய மாநில அரசுகளைக் கண்டித்து முழக்கமிட்டனர்.

இறுதியாக, கடும் வறட்சியினால் பயிர்கள் கருகிய நிலையில் கடன் தொல்லையால் தங்கள் குடும்பத்திற்கு ஏற்பட்ட அவமானங்களைத் தாங்க இயலாது தங்களது உயிர்களையே மாய்த்துக்கொள்ளும் விவசாயிகளின் தற்கொலைகள் தொடர்வதை உடனடியாகத் தடுத்து நிறுத்தாமலும், அனைத்து விவசாயிகளின் விவசாயக் கடன்களை உடனடியாகத் தள்ளுபடி செய்யாமலும் அவர்களுக்கு உரிய இழப்பீட்டு தொகையை வழங்க மறுத்து வரும் மத்திய மாநில அரசுகளைக் கண்டித்து சீமான் கண்டனவுரையாற்றினார்.

2.மாணவர்கள், இளைஞர்கள், பொதுமக்கள் கொடூரமாகத் தாக்கப்பட்டதைக் கண்டித்து மாபெரும் கண்டன ஆர்ப்பாட்டம் — வள்ளுவர் கோட்டம் 01.02.2017

சல்லிக்கட்டு மீதான தடையை நீக்கிடக்கோரி தமிழகமெங்கும் அறவழியில் இன எழுச்சியோடு போராடிய மாணவர்கள், இளைஞர்கள், பொதுமக்கள் கொடூரமாகத் தாக்கப்பட்டதைக் கண்டித்து நாம் தமிழர் கட்சியின் மாணவர் பாசறை மற்றும் இளைஞர் பாசறை இணைந்து நடத்திய மாபெரும் கண்டன ஆர்ப்பாட்டம் அன்று 01.02.2017 புதன்கிழமை, மாலை 3 மணியளவில், சென்னை வள்ளுவர் கோட்டத்தில் நடைபெற்றது. இதில் தலைமை ஒருங்கிணைப்பாளர் சீமான் அவர்கள் கண்டனவுரையாற்றினார்.

3.05-03-2017 ஹைட்ரோகார்பன் திட்டத்தை எதிர்த்து மாபெரும் கண்டன ஆர்ப்பாட்டம் — வள்ளுவர் கோட்டம்

4.பொன்னேரி தொகுதி திருவள்ளூர் கிழக்கு மாவட்ட இளைஞர் பாசறை சார்பாக ஈகைத்தமிழன் முத்துக்குமார் அவர்களுக்கு 29.01.2021 அன்று வீர வணக்கம் நிகழ்வு நடத்தப்பட்டது.

மேலும் பல பொது நிகழ்வுகள் கண்டன ஆர்ப்பாட்டங்கள் இளைஞர் பாசறை மூலமாக நடத்தப்படுகிறது.

மகளிர் பாசறை:

நாம் தமிழர் கட்சியின் மகளிர் பாசறை செயல்பாடுகளில் சில

1.மூன்று தமிழர்களின் இன்னுயிரைக்காக்க தன்னுயிரை ஈந்த வீரத்தமிழச்சி செங்கொடி 6 ஆம் ஆண்டு நினைவைப் போற்றும் பொதுக்கூட்டம் நாம் தமிழர் கட்சியின் மகளிர் பாசறை சார்பாக 19-08-2017 சனிக்கிழமை, மாலை

5 மணியளவில் பொள்ளாச்சி, திருவள்ளுவர் திடலில் நடைபெற்றது. இதில் நாம் தமிழர் கட்சியின் தலைமை ஒருங்கிணைப்பாளர் சீமான் அவர்கள் நினைவுரையாற்றினார்.

2.ஆயிரம் விளக்கு தொகுதி மற்றும் மகளிர் பாசறை இணைந்து நிலவேம்பு கசாயம் வழங்கும் நிகழ்ச்சி 110 வது வட்டத்தில் மாநகராட்சி அலுவலகம் மற்றும் விளையாட்டு மைதானம் உள்ள பகுதியில் பொதுமக்களுக்கு கசாயம் வழங்கப்பட்டது.நவம்பர் 30 2018.

3.ஈரோடு கிழக்கு தொகுதி மகளிர் பாசறை சார்பில் ஆகத்து 15 ஆம் தேதி ஈரோடு பெரியவலசு நான்கு சாலை மற்றும் மாணிக்கம் பாளையம் பகுதிகளில் குடியிருக்கும் மக்களுக்கு கபசுர குடிநீர் மற்றும் கட்சியின் செயற்பாட்டு வரைவு திட்டங்கள் அடங்கிய துண்டறிக்கைகள் வழங்கப்பட்டது.ஆகத்து 16 2020

வீரத்தமிழர் முன்னணி (வெல்வது ஒன்றே முதற்பணி):

வீரத்தமிழர் முன்னணி என்பது நாம் தமிழர் கட்சியின் ஒரு துணை

அமைப்பாகும். இது தமிழர் மெய்யியல் மீட்பை நோக்கமாக கொண்டு செயல்படுகிறது.வீரத்தமிழர் முன்னணி 2015 ஆம் ஆண்டு பிப்ரவரி 7 ஆம் தேதி பழனியில் உள்ள பழனி ஆண்டவர் கல்லூரியில் துவக்கப்பட்டது.இதனைத் துவக்கிய செந்தமிழன் சீமான் இறைநம்பிக்கை கொண்டவர்கள், திருவள்ளுவர் நெறிகளைப் பின்பற்றுவோர்களுக்காக இந்த இயக்கம் துவக்கப்பட்டதாகவும் இது திராவிட இயக்கத்திற்கு மாற்றாகச் செயற்படும் என்றும் தெரிவித்துள்ளார்.

வீர தமிழர் முன்னனியின் செயல்பாடுகளில் சில:

1.லண்டன் வீரத்தமிழர் முன்னணி சார்பாக 08-11-2015 அன்று கலந்தாய்வுக்கூட்டம் நடைபெற்றது. இதில் பொங்கல் பெருவிழா முன்னடுப்பு பற்றி பேசியும், லண்டனில் கிழக்கு மண்டலப் பொறுப்பாளர்களை நியமிப்பது பற்றியும் விவாதிக்கப்பட்டது.

2.மருதமலை அடிவாரத்தில் உழவாரப்பணி மற்றும் மரம் நடும் நிகழ்வு | வீரத்தமிழர் முன்னணி

03-08-2018 காலை கொங்குநாட்டுக் குறிஞ்சி நிலமாம் மருதமலை அடிவாரத்தில் நாம் தமிழர் கட்சியின் சுற்றுச்சூழல் பாசறை, வீரத்தமிழர் முன்னணி சார்பாக மருதமலை தூய்மைப்பணிகள் (உழவாரப்பணி) மற்றும் மரம் நடும் நிகழ்வு நடைபெற்றன.

நோக்கம்:
மருதமலை சுற்றுச்சூழல் தூய்மையாக இருக்க வேண்டும். மண் வளத்தைக் கெடுத்து மரங்களின் ஆயுட்காலத்தைக் குறைக்கும், காற்று மாசுபாட்டை ஏற்படுத்தும் மட்காத நெகிழிக்கழிவுகளை தூய்மை செய்தும் வன விலங்குகளின் உணவுத் தேவைகளை பூர்த்தி செய்ய பழ மரங்கள் நடுவது உயிர் காற்றையும் நிலத்தடி நீர் மட்டத்தையும் பாதுகாக்கும் மரங்களை உருவாக்குவது நம் கடமையும் நோக்கமும் ஆகும்.

செய்த பணிகள்

அடிவாரம் முதல் மலையின் பாதி தூரம் வரை படிக்கட்டுகளின் இருபுறமும் வாகனங்கள் செல்லும் மலைப்பகுதிகளிலும் இருந்த நெகிழிக்கழிவுகள் (நெகிழிப்பை, டம்ளர்,

கண்ணாடி குவளைகள், ஆணுறைகள், குழந்தை மலப்பை) போன்றவற்றை தூய்மை செய்து 1000 கிலோ அளவு இருந்த குப்பைகள் சேமித்து மாநகராட்சியிடம் கொடுக்கப்பட்டது. கோவிலுக்கு வந்த பொதுமக்களுக்கு நெகிழிப்பையின் பாதிப்பை விளக்கும் விதமாக, அவர்கள் கொண்டுவந்த நெகிழிப்பைக்கு மாற்றாக 300க்கும் மேற்பட்ட துணிப்பை கொடுக்கப்பட்டது. பழங்கள் கொடுக்கும் மரங்கள் உயிர் காற்று கொடுக்கும் மரங்கள் நடப்பட்டது.

3.நாம் தமிழர் கட்சி காட்டுமன்னார்கோயில் சட்டமன்ற தொகுதி குமராட்சி ஒன்றியம் கீழக்கரை பெரிய தெருவில் மாரியம்மன் கோவில் சுற்றி மழை பெய்து மண் சரிவு ஏற்பட்டுள்ளது. அதற்கு சாலை போடும் பணியில் நாம் தமிழர் கட்சியினர் ஈடுபட்டு சரி செய்து கொடுத்தனர்.

4.ஆயர்குலத் தலைவன், முல்லை நில இறைவன் நமது மூதாதை மாயோன் பெரும்புகழைப் போற்றி கொண்டாடப்படுகின்ற மாயோன் திருநாளையொட்டி வீரத்தமிழர் முன்னணி சார்பாக 30-08-2021 அன்று தலைமை அலுவலகத்தில், தலைமை ஒருங்கிணைப்பாளர் சீமான் அவர்களின்

தலைமையில் மாயோன் பெருவிழா கொண்டாடப்பட்டது.

5.மராத்திய மாநில நாம் தமிழர் கட்சி மற்றும் வீரத்தமிழர் முன்னணி மும்பையில் தியாக தீபம் திலீபன்

அவர்களின் 34 ம் ஆண்டு வீரவணக்கம் நிகழ்வு 26.09.2021 அன்று தாராவியில் நடைபெற்றது இதில் மராத்திய மாநில செயலாளர் பொன்.இன வாழவன்,மும்பை மாநகர ஒருங்கிணைப்பாளர் அந்தோணி தமிழன் ,வீரத்தமிழர் ஒருங்கிணைப்பாளர் பழனி முருகேசன்,ராகவன்,ரவி கொம்பன், தாராவி ஒருங்கிணைப்பாளர் மணி மாறன், செயலாளர் சகாய டெனிசு,நாடோடி தமிழன், சசிக்குமார், தமிழ்ச்செல்வன், முத்து,இளங்கோவன், மற்றும் பல நாம் தமிழர் கட்சியின் உறவுகள் கலந்து கொண்டு வீர வணக்கம் செலுத்தினர்.

6.வீரத்தமிழர் முன்னணி நடத்திய நாங்கள் தமிழர்கள் ஏன்? — இன எழுச்சி அரசியல் வரலாற்றுக் கருத்தரங்கம், நாம் தமிழர் கட்சியின் தலைமை ஒருங்கிணைப்பாளர் செந்தமிழன் சீமான் அவர்களின் தலைமையில் 02-11-2021 அன்று காலை

10 மணியளவில் திருச்சி நடுவண் பேருந்து நிலையம் அருகில் அமைந்துள்ள ப்ரீஸ் தங்கும் விடுதி அரங்கில் இரண்டு அமர்வுகளைக் கொண்ட முழு நாள் நிகழ்வாக நடைபெற்றது.

7.தாராபுரம் தொகுதி நாம் தமிழர் கட்சியின் வீரத்தமிழர் முன்னனி சார்பாக 28-01-2021 அன்று திருமுருகப்பெருவிழா சிறப்பாக கொண்டாட்டப்பட்டது.

8.காஞ்சிபுரம் தொகுதி நாம் தமிழர் கட்சி சார்பாக 28/01/2021 அன்று முப்பாட்டன் முருகனுக்கு தை பூசம் பெருவிழா நடைபெற்றது இந்நிகழ்வில் அன்னதானம் மற்றும் பொது மக்களுக்கு விவசாயி சின்னம் பொறித்த சட்டை பை மாத காட்டி வழங்கப்பட்டது. இந்நிகழ்வில் தொகுதி பொறுப்பாளர்கள், பாசறை பொறுப்பாளர்கள், உறுப்பினர்கள் மற்றும் பொதுமக்கள் கலந்து கொண்டனர்.

குருதிக்கொடை பாசறை:

குருதிக்கொடை பாசறை செயல்பாடுகளில் சில

நாம் தமிழர் கட்சியின் குருதி கொடை பாசறை மாநிலத்தின் தலைசிறந்த குருதி கொடை பாசறைகளில் ஒன்று என்பது குறிப்பிடத்தக்கது.

1.கோவை மாவட்ட குருதிக்கொடை பாசறை சார்பாக 26.11.2020 அன்று தேசிய தலைவர் மேதகு வே.பிரபாகரன் அவர்களின் பிறந்தநாளை முன்னிட்டு குருதிக்கொடை முகாம் ஏற்பாடு செய்யப்பட்டது.
முகாமில் கோவையில் உள்ள பல்வேறு மருத்துவமனைகளில் தேவைக்கேற்ப்ப குருதி வழங்கப்பட்டது.

2.தமிழ் தேசிய தலைவர் மேதகு வே பிரபாகரன் அவர்களின் 66 ஆவது அகவை தினத்தை முன்னிட்டு (26-11-2020) தாராபுரம் அரசு மருத்துவமனையில் நிகழ்திய குருதிக்கொடை முகாமில் தாராபுரம் & காங்கேயம் தொகுதி நாம் தமிழர் உறவுகள் குருதி கொடை வழங்கினர்.

3.குவைத் செந்தமிழர் பாசறை குவைத் தமிழ் மக்கள் சேவை மையம் சார்பில் 29.01.2021 அன்று சாப்ரியாவில் குருதிக்கொடை நிகழ்வு மற்றும் மினா

அப்துல்லா மண்டலத்தில் தமிழின
போராளி புரட்சியாளர் பழநிபாபா
அவர்கள் மற்றும் ஈழம் காக்க
தன்னுயிரை ஈந்த தழல் ஈகி
முத்துக்குமார் ஆகியோருக்கு சுடர்
வணக்கம், மலர்வணக்கம், மற்றும்
வீரவணக்கம் செலுத்தும் நிகழ்வும்
நடைபெற்றது.

4.ஒவ்வொரு நொடியும் உலகின் ஏதோ ஒரு மூலையில், விபத்தில் சிக்குண்டவரின் உயிர்காக்கும் சிகிச்சைக்கும், அறுவைச் சிகிச்சை உள்ளிட்ட மருத்துவக் காரணங்களுக்காகவும் குருதியின் தேவை இருந்துக்கொண்டே இருக்கிறது. சிகிச்சைக்குத் தேவையான குருதிவகைக் கிடைக்கத் தாமதிக்கும் ஒவ்வொரு நொடியிலும் பல உயிரிழப்புகள் ஏற்படும் என்பதைக் கருத்திற்கொண்டு முன்கூட்டியே தன்னார்வலர்களிடமிருந்து உரிய மருத்துவமுறைப்படி குருதியைக் கொடையாகப் பெற்றுக் குருதிவகைகளுக்கு ஏற்ப தனித்தனியே பிரித்துக் குறிபிட்ட காலத்திற்குப் பயன்படுத்தும் வகையில் உயிர்ப்புடன் பதப்படுத்தி வைக்கும் குருதிவங்கிகள் உலகெங்கிலும் ஏற்படுத்தப்பட்டன.

இவ்வாறு யாரோ ஒருவரின் உயிர்காக்கும் பொருட்டுத் தன் குருதியையே

கொடையாக அளிக்கும் கொடையாளர்களின் ஈகத்தைப் போற்றும் வகையிலும் அதிகப்படியான கொடையாளர்களைத் திரட்டும் விதமாகவும் ஒவ்வொரு ஆண்டும் சூன் 14 ஆம் நாள் உலக குருதிக்கொடையாளர் தினமாகக் கொண்டாடப்பட்டு வருகிறது.

இந்நாளில், உலக உயிர்களின் இருப்பை உறுதி செய்யும் குருதியைக் கொடையாக அளித்து மானுடப்பற்றை வளர்க்கவும், மானுடச்சமூகத்தை நோய்களின் பிடியிலிருந்து மீட்டுக்காக்கவும் ஒவ்வொரு குடிமகனும் உறுதியேற்று செயல்பட வேண்டியது பேரவசியமாகிறது.

குருதிக்கொடையின் ஒவ்வொரு துளியும் உயிர் காக்கும்! மக்களை ஒன்றிணைக்கும்! என்ற உயரிய நோக்கில் கடந்த 10 ஆண்டுகளாக தமிழகத்திலேயே அதிகக் குருதிக்கொடை வழங்கும் அரசியல் அமைப்பாக நாம் தமிழர் கட்சி திகழ்கிறது. குருதிக்கொடைப் பாசறை சார்பாக தமிழ்நாடெங்கும் நடத்தப்படும் குருதிக்கொடை முகாம்களில் உணர்வெழுச்சியோடு பங்கேற்றுக் குருதிக்கொடை அளிக்கும் அனைத்து உறவுகளுக்கும் “உயிர்நேய மாண்பாளர்” சான்றிதழ்கள் வழங்கி ஊக்குவித்து

வருகிறது. கொரோனா கொடுந்தொற்றுக்காலத்தில் கூட நாம் தமிழர் உறவுகள் வழங்கிய குருதிக்கொடை ஆயிரக்கணக்கான மக்களின் உயிர் காக்க உதவியது என்பது குறிப்பிடத்தக்கது.

நோய்த்தொற்றுத் தாக்கத்தால் சமூகமே பேரிடரின் விளிம்பில் சிக்கித் தவிக்கும் அசாதாரணச் சூழலில் குருதிக்கொடையின் அவசியத்தை உணர்த்தி, அதனைப் பெரும் சமூக இயக்கமாக முன்னெடுக்கவும், அதன் தேவையை அனைவரும் உணரும்படிசெய்து பங்கேற்பாளராக மாற்றவும் தீவிரப் பரப்புரையை முன்னெடுப்போம்! விழிப்புணர்வை மேற்கொள்வோம்! மனித உயிர்களைக் குருதிக்கொடையின் மூலம் காப்போம்!

உலக குருதிக்கொடையாளர் தினப் புரட்சி வாழ்த்துகள்!

— செந்தமிழன் சீமான்
தலைமை ஒருங்கிணைப்பாளர்
நாம் தமிழர் கட்சி

சமுதாயத்தின் அனைத்து கட்டமைப்புகளையும் சரிவர ஆராய்ந்து சிறிதும் சறுக்கல்,இன்றி அனைத்தையும் சரிவர மீட்க ஒரு மாபெரும் ஆற்றல் வாய்ந்த கட்டமைப்பை தனது கட்சியில் புரட்சியாளர் செந்தமிழன் சீமான் கட்டமைத்துளார்,என்று கூறினால் அது மிகையாகாது.எனக்கு தெரிந்து சுற்றுசூழலுக்கென்று ஒரு அமைப்பை வைத்திருக்கும் ஒரு அரசியல் கட்சி ,அது புரட்சியாளர் செந்தமிழன் சீமான் அவர்களது நாம் தமிழர் கட்சிதான்.அதிக அளவில் இளைஞர்களை தனது கட்சியில் கொண்டு காடு வளம்,கனிம வளம்,நீர் வளம்,நில வளம் போன்றவற்றை பாதுகாக்க போராடும் ஒரே கட்சி நமது புரட்சியாளர் செந்தமிழன் சீமானின் தலைமையில் இயங்கும் நாம் தமிழர் கட்சிதான்.இவர்கள் இந்த இடைப்பட்ட காலத்தில் செய்த நன்மைகள் பல ஆயிரம் ஆனால் ஊடக சர்வாதிகாரம் அதை உலகிற்கு எடுத்து உரைக்கவில்லை என்பது தான் உண்மை.

சுற்றுச்சூழல் பாசறை:

சுற்றுச்சூழல் பாசறையின் சில செயல்பாடுகள் :

1.திருவண்ணாமலை மாவட்டம், ஆரணி சட்டமன்ற தொகுதி, ஆரணி ஒன்றியம், கல்லேரிப்பட்டு ஊராட்சியில் உள்ள ஏரியில் நாம்தமிழர்கட்சி சார்பில் 500க்கும் மேற்பட்ட பனைவிதைகள் நடப்பட்டது. செப்டம்பர் 14 2020.

2.08.08.2021 நாம் தமிழர் கட்சி திருச்சி மாவட்டம் கிழக்கு சட்டமன்றத் தொகுதி சுற்று சூழல் பாசறை சார்பாக மாநகர் மாவட்ட செயலாளர் வழக்கறிஞர் இரா.பிரபு தலைமையில் சாத்தனூர் குளக்கரை அருகில் மரக்கன்றுகள் நடும் நிகழ்வு நடைபெற்றது.

3.திருவண்ணாமலை வடக்கு மாவட்டம் போளூர் சட்டமன்றத் தொகுதி சார்பாக பெரணமல்லூர் ஒன்றியத்திற்கு உட்பட்ட மேலதாங்கள் கிராமத்தில் பனை விதை நடும் நிகழ்வு நடைபெற்றது ஆகத்து 18 2021

4.நாகர்கோவில் மாநகர தெற்கு, 36-வது வட்டத்திற்குட்பட்ட இராமன்புதூர் சந்திப்பில், 16.08.2021 அன்று சுற்றுச்சூழல் பாசறை சார்பாக மரக்கன்றுகளை சேகரித்து சிறு வளர்ப்பு பைகளில்
நடவு செய்தனர்.

5.ஆண்டிபட்டி தொகுதி குன்னூர் பகுதியில் 11.09.2021 அன்று

பனை விதை நடும் திருவிழா நடைபெற்றது.

6.நாம் தமிழர் கட்சியின் சுற்றுச்சூழல் பாசறை ஒருங்கிணைக்கும் தமிழகப் பனைத் தொழிலாளர்கள் மற்றும் சூழலியல் ஆர்வலர்கள் ஒன்றுகூடும் #பனைச்சந்தை2021, அக்டோபர் 16 மற்றும் 17 ஆகிய இருநாட்களும் காலை 10 மணிமுதல் மாலை 06 மணி வரை சென்னை நந்தம்பாக்கம், ஐ.டி.பி.எல். மெட்ரிகுலேசன் உயர்நிலைப் பள்ளி வளாகத்தில் மிகப்பெரும் நிகழ்வாக நடைபெற்றது.பனைச்சந்தைத் திருவிழாவை, அன்று 16-10-2021 காலை 10 மணியளவில், தலைமை ஒருங்கிணைப்பாளர் செந்தமிழன் சீமான் அவர்கள் தொடங்கிவைத்து

பனைச்சந்தையைப் பார்வையிட்டு, பனைத் தொழிலாளர்கள் மற்றும் சூழலியல் ஆர்வலர்களுடன் உரையாடினார்.

7.காடுகளை அழித்து நாட்டினைப் பாலைவனமாக்கும் வன பாதுகாப்பு சட்டத்திருத்த வரைவு — 2021ஐ ஒன்றிய அரசு உடனடியாகத் திரும்பப் பெறவேண்டும்! — சீமான் வலியுறுத்தல்

காடுகளின் பரப்பளவை அதிகரிக்கிறோம் என்ற பெயரில் ஒன்றிய அரசு கொண்டுவந்துள்ள புதிய வன பாதுகாப்பு சட்டத் திருத்த வரைவானது அதற்கு நேரெதிரான விதிகளைக் கொண்டுள்ளது பெரும் அதிர்ச்சியளிக்கிறது. நாட்டின் இயற்கை வளங்களான காடுகளை அழித்தொழிக்கும் வகையில் வனப்பாதுகாப்புச் சட்டத்தில் பல்வேறு திருத்தங்களைக் கொண்டுவர முயலும் ஒன்றிய அரசின் செயல் வன்மையான கண்டனத்திற்குரியது.

காடுகளை அழிவிலிருந்து பாதுகாப்பதற்காக 1980 ஆம் ஆண்டு இயற்றப்பட்ட வனப்பாதுகாப்புச் சட்டத்தை முற்றுமுழுதாக நீர்த்துப்போகச் செய்யும் வகையிலேயே, புதிய வனபாதுகாப்புச் சட்டத்திருத்த வரைவு — 2021 ஐ ஒன்றிய

பாஜக அரசு கொண்டுவந்துள்ளது. அதன் விதிகளைப் படிக்கும்போதே இந்தச் சட்டத்திருத்த வரைவு எந்த அளவுக்கு ஆபத்தானது என்பது தெள்ளத் தெளிவாக விளங்குகிறது. காடுகளுக்குள் தொடர்வண்டி, சாலைகள், தொலைத்தொடர்பு உள்ளிட்ட வளர்ச்சிப் பணிகளை மேற்கொள்வதற்கு ஏற்கனவே ஒப்புவிக்கப்பட்ட இடங்களாக இருப்பினும், விரிவாக்கம் செய்யும்போது வனத்துறை அனுமதி பெறுவது கட்டாயமென்று இதுவரை நடைமுறையில் இருந்த விதியை மாற்றி, அனுமதி பெறத் தேவையில்லை என்று திருத்தியிருப்பதும், காடுகளில் தனியாருக்குச் சொந்தமான இடங்களில் எவ்வித கட்டுமான பணிகளும் மேற்கொள்ளக் கூடாது என்ற விதியை தளர்த்திக் கட்டுமான பணிகளை மேற்கொள்ள அனுமதியளித்ததோடு, வன எல்லை என்பதிலிருந்து அவற்றை விடுவிக்கலாம் என்பதும் காடுகளின் பரப்பளவைக் குறைக்க உதவுமா? அதிகரிக்க உதவுமா? என்பதை முதலில் ஒன்றிய அரசு தெளிவுபடுத்த வேண்டும்.

அதேபோன்று, காடுகளை ஒட்டியுள்ள பகுதியிலிருந்து சுற்றுச்சூழல் பாதிப்பை ஏற்படுத்தாது பூமிக்கடியில் பக்கவாட்டில் போடப்படும் ஆழ்துளை குழாய்கள் மூலம் வனத்தின் நடுவே இருக்கும் கனிம வளங்களை எடுப்பதற்கு ஒப்புதல்

அளித்திருப்பதும், காடுகளில் ஆராய்ச்சி செய்வதற்காகவும், தகவல்களைச் சேகரிப்பதற்காகவும், அறிவியல் ஆய்வு மையங்களை அமைக்க அனுமதி அளித்திருப்பதும் காடுகளின் உயிரோட்டத்தைக் கெடுத்து, அங்குள்ள பல்லுயிர் பெருக்கத்தை முற்றாக அழிப்பதோடு உணவுச் சங்கிலியையும் பெருமளவில் பாதிக்கும்.

அதுமட்டுமின்றி, நாட்டின் பாதுகாப்பு என்ற பெயரில் அடர்ந்த காடுகளில் முன்னெடுக்கப்படும் திட்டங்களுக்கு வனத்துறை அனுமதியைப் பெற வேண்டாம் என்ற சட்டத்திருத்த விதியானது, சுற்றுச்சூழலைப் பாதிக்கும் எந்த ஒரு சிக்கலான திட்டத்தையும் நாட்டின் பாதுகாப்பு என்ற பெயரில் எளிதாக வனத்துறை அனுமதி பெறாமலே முறைகேடாகச் செயல்படுத்தவும் வழியேற்படும். மேலும், காடுகளில் உள்ள மரங்களுக்கும், உயிரினங்களுக்கும் நேரடியாக எந்த ஒரு பாதிப்பையும் ஏற்படுத்தாது வனப்பகுதிகளுக்குள் செயல்படுத்தப்படும் எல்லாத் திட்டங்களும் காடு சார்ந்த திட்டங்களாகவே கருதப்படும் என்ற விதியும் காடுகளின் அடர்த்தியையும், அதன் இயற்கை சமநிலையையும் சீர்குலைக்கவே உதவும். நாடாளுமன்றத்தில் தனக்குள்ள

பெரும்பான்மை பலத்தைப் பயன்படுத்தி முறையற்ற வகையில், இதுபோன்ற புதிய புதிய சட்டத்திருத்தங்களைக் கொண்டுவந்து மண்ணின் வளத்தையும், மக்கள் நலத்தையும் கெடுக்கும் ஒன்றிய பாஜக அரசின் எதேச்சதிகார போக்கானது நாட்டிற்குப் பேராபத்தாய் முடியும் என்பதில் எள்ளளவும் ஐயமில்லை.

ஏற்கனவே நாட்டின், நில வளம், நீர் வளம், கடல் வளம், கனிம வளம் ஆகியவற்றைப் பல்வேறு சட்டத் திருத்தங்கள் மூலம் பன்னாட்டுப் பெருமுதலாளிகளின் இலாப வேட்டைக்காகத் தாரைவார்த்துள்ள பாஜக அரசு, தற்போது மீதமுள்ள இயற்கை வளங்களான காடுகளையும் தாரைவார்ப்பதற்காகக் கொண்டுவந்துள்ள இந்தச் சட்டத் திருத்த வரைவைச் செயல்படுத்த எக்காரணம் கொண்டும் நாட்டு மக்கள் அனுமதிக்கக் கூடாது. காடுகளைப் பாதுகாப்பதற்குப் பதிலாக அவற்றை அழித்துச் சுற்றுச்சூழலைச் சீர்கெடுக்கும் வகையில், வரையறுக்கப்பட்டுள்ள இத்திட்டத்தின் விதிகளை எதிர்த்து வரும் நவம்பர் முதல் தேதிக்குள் நாட்டு மக்கள் அனைவரும் தங்கள் கருத்துக்களை, ஒன்றிய அரசிற்குக் கருத்துக்கேட்பு தளத்தின் வாயிலாகத் தெரிவிக்க வேண்டுமென்று கேட்டுக்கொள்கிறேன்.

ஆகவே மண்ணிற்கும், மரங்களுக்கும், மக்களுக்கும் பெருந்தீங்கை விளைவிக்கக்கூடிய வனப்பாதுகாப்பு சட்டத்திருத்த வரைவு — 2021 ஐ ஒன்றிய அரசு உடனடியாகத் திரும்பப்பெற வேண்டும். மேலும் மாநிலத்தை ஆளும் திமுக அரசு, சுற்றுச்சூழலுக்குக் கேடு விளைவிக்கும் இச்சட்டத்திருத்த

வரைவினை எந்த வகையிலும் ஆதரிக்காது, திரும்பப்பெறச் செய்ய ஒன்றிய அரசிற்கு உரிய அரசியல் அழுத்தம் கொடுத்திட வேண்டுமென்றும் நாம் தமிழர் கட்சி சார்பாக வலியுறுத்துகிறேன். அக்டோபர் 23, 2021

— சீமான்
தலைமை ஒருங்கிணைப்பாளர்
நாம் தமிழர் கட்சி

8.24/10/2021(ஞாயிற்றுக்கிழமை) அன்று காஞ்சிபுரம் தொகுதி வாலாஜாபாத் நடுவண் ஒன்றியத்திற்கு உட்பட்ட ஆரியம்பாக்கம் கிராமத்தில் உள்ள ஏரியை சுற்றி

மாபெரும் பனை விதை நடும் நிகழ்வு நடைபெற்றது.

இந்நிகழ்வில் காஞ்சிபுரம் சட்டமன்றத் தொகுதி அனைத்து நிலை பொறுப்பாளர்களும் ஊர் பொது மக்களும் கலந்து கொண்டனர்.

9.காலநிலை மாற்றம் உலகெங்கும் பெருஞ்சிக்கலாக உருவெடுத்துக்

கொண்டிருக்கும் நிலையில் மாற்று மின்சார உற்பத்தி முறைகளைக் கையாளாது எண்ணூரில் அனல்மின் நிலையம் அமைக்க முற்படுவதா? — சீமான் கண்டனம்

வடசென்னை, எண்ணூரில் 660 மெகாவாட் திறன்கொண்ட புதிய அனல்மின் நிலையம் அமைக்கும் தமிழக அரசின் முடிவு அதிர்ச்சியளிக்கிறது. சூழலியல் சீர்கேட்டை விளைவித்து, காலநிலை மாற்றத்திற்குக் காரணமாக அமையும் வகையிலான இத்திட்டத்தைச் செயல்படுத்த முனைவது எந்தவகையிலும் ஏற்புடையதல்ல. மக்களின் விருப்பத்திற்கும், மண்ணின் நலனுக்குமெதிரான அனல் மின்நிலையத் திட்டத்தை வலுக்கட்டாயமாகத் திணிப்பது கடும் கண்டனத்திற்குரியது.

வடசென்னை பகுதியானது ஏற்கனவே பல தொழில்நிலையங்களும், அனல்மின் நிலையங்களும் அமையப்பெற்றப் பகுதியாகும். குறிப்பாக, தமிழ்நாடு மின் உற்பத்தி மற்றும் பகிர்மானக் கழகத்தின் கீழ்வரும் வடசென்னை அனல்மின் நிலையம் மற்றும் வள்ளூர் அனல்மின் நிலையம் ஆகியன இப்பகுதியில்தான் இயங்கி வருகின்றன. இவற்றின் மின் உற்பத்தித்திறன் 3330 மெகாவாட்

(கூட்டாக) ஆகும். ஆனால், TANGEDCO-வின் அனல் மின் நிலையங்கள் 2020-21ல் மின் உற்பத்தியில் முழு திறனைக்கூட எட்டாமல் 56 விழுக்காடு மட்டுமே செயல்பட்டுள்ளன. அதாவது, 2400 மெகாவாட் திறனை உற்பத்தி செய்யக்கூடிய ஏறக்குறைய 4 ETPS-களுக்கு (Ennore Thermal Power Station) சமமான திறனை பயன்படுத்தாத நிலையில் ஒரு புதிய ETPS அனல்மின் நிலையம் தேவையற்றதாகும். மேலும், தமிழ்நாடு முழுவதுமுள்ள அனல் மின்நிலையங்களை கணக்கிடும்போது ஆயிரக்கணக்கான மெகாவாட் பயன்படுத்தாமல் இருப்பதும் தெரிய வருகிறது.

இந்த அனல்மின் நிலையங்கள் இருக்கக்கூடிய வடசென்னைப் பகுதியானது கழிமுகங்களைக் கொண்ட இயற்கை முக்கியத்துவம் வாய்ந்தப்பகுதியாகும். இவை வெள்ளக்காலங்களில் வடிகாலாக செயல்படுகின்றன. மேலும், இயற்கை முக்கியத்துவம் வாய்ந்த அலையாத்திக் காடுகளும், சிறு வனப்பகுதிகளும், சூழலியல் சமன்பாட்டை உறுதிப்படுத்தும் காயல்பகுதிகளும், உப்பங்கழிகளும் அமைந்தப் பகுதியாகும்.

தற்போது இருக்கக்கூடிய அனல்மின் நிலையங்களிலிருந்து வெளியேறும் உலர்

சாம்பல் கழிவுகளை, அனல் மின் நிலையத்திலிருந்து சாம்பல் குளம் அமைந்துள்ளப் பகுதிக்கு எடுத்துச் செல்லும் இராட்சதக்குழாய்களானது 1995 — 1996 ஆகிய ஆண்டுகளில் பொருத்தப்பட்டவையாகும். இந்தக் குழாய்கள் சரிவரப் பராமரிக்கப்படாததாலும், பின்னும் மாற்றப்படாததாலும் தொடர்ச்சியாக அவற்றில் உடைப்பு ஏற்பட்டு உலர் சாம்பல் கழிவுகள் ஆங்காங்கே வெளியேறுகின்றன. குறிப்பாக, நீர்நிலைகளில் அவைப் படிந்து நீர் மாசினை ஏற்படுத்துகின்றன. மேலும், மக்கள் குடியிருக்கும் குடியிருப்புப் பகுதிகளிலும் உலர் சாம்பல் கழிவுகளால் நிலம் மூடப்பட்டு மாசுபடுகின்றன. சாம்பல் குளத்திற்கு கொண்டு செல்லப்பட்டப்பின்பும் ஊடுருவ முடியாதத் தடுப்பு அமைக்கப்படாததால் அருகிலிருக்கும் குடியிருப்புகளுக்கு உலர் சாம்பல் கழிவுகள் கசிந்து வெளியேறுகின்றன. மறு பயன்பாட்டிற்காக சாம்பல் குளத்திலிருந்து பல்வேறு தொழில் நிலையங்களுக்கு எடுத்துச் செல்லப்படும்போது பாரஉந்துகள் சரியாக மூடப்படாததால் அவற்றிலிருந்தும் கழிவுகள் வெளியேறுகின்றன. இவற்றிற்கு மத்தியில் வாழும் மக்களுக்கு சிறுநீரகம், மூளை , நுரையீரல், கண்கள், தோல் மற்றும் இதயம் போன்ற அனைத்து உடல் உறுப்புகளுக்கும் கடுமையானப் பாதிப்பை

ஏற்படுத்தும். சாம்பல் தூசி காற்றில் நுண் துகள்களாக (PM 2.5) மாறி இரைப்பு போன்ற மேல் சுவாசப்பாதை பிரச்சினைகளை உண்டாக்கும். இந்த PM 2.5 கர்ப்பிணிப் பெண்களின் நஞ்சுக்கொடி தடையை தாண்டி மகவின் மூளை வளர்ச்சியை பாதிக்கக்கூடியது. தூத்துக்குடி மக்களுக்கு கருச்சிதைவை உண்டாக்கிய ஸ்டெர்லைட் ஆலையிலிருந்து கசிந்த கந்தக டை ஆக்ஸைடு வாயு நிலக்கரி எரிக்கும்போதும் வெளியாகும். உடன் பல பாதிப்புகளை ஏற்படுத்தும் பாதரச வாயுக்கள் நைட்ரஜன் டை ஆக்ஸைடு ஆகியனவும் வெளியேறும் அபாயம் உள்ளது. ஏற்கனவே, இருக்கும் இரண்டு அனல்மின் நிலையத்தின் நிலக்கரிச்சாம்பல் கசிவால் கொற்றலை ஆறு சாம்பலாக மாறிவிட்டது. மீன், நண்டு, இறால் போன்ற வளங்கள் கடுமையாகக் குறைந்துள்ளது. அதுமட்டுமின்றி, கடந்த இரண்டு ஆண்டுகளில் 50 விழுக்காட்டுக்கும் மேற்பட்ட நாட்களுக்கு இந்த இரண்டு அனல் மின் நிலையங்களும் விதிகளுக்குப் புறம்பாக, அனுமதிக்கப்பட்ட அளவினைத் தாண்டி காற்று மாசினை ஏற்படுத்தியுள்ளன.

திட்டமிடப்பட்டதுபோல, புதிதாக அனல்மின் நிலையம் அமைக்கப்படுமாயின்

இந்த ETPS ல் இருந்து மட்டும் CO2 வெளியேற்றம் ஆண்டுக்கு 4,435 மெட்ரிக் டன்களாக இருக்கும். ETPSற்கு நிலக்கரி கொண்டு செல்லப் புதிதாக 5 கி.மீ நிலக்கரி கன்வேயர் பெல்ட் கொற்றலை ஆற்றின் குறுக்கே அமைக்கப்படவுள்ளது. ஏற்கனவே, எண்ணூரிலுள்ள பல தொழிற்சாலைகளினால் கொற்றலை ஆற்றில் அமைக்கப்பட்ட கட்டுமானங்களுக்காகக் கொட்டப்பட்ட கான்கிரீட் கழிவுகள் அகற்றப்படாததால் வெள்ளப் பாதுகாப்பின்மையும்,நீரோட்ட இடர்பாடுகளும் உண்டாகி ஆற்றின் உயிரோட்டம் முற்றிலுமாக பாதிக்கப்பட்டுள்ளது குறிப்பிடத்தக்கது. தற்போதுள்ள NCTPS ல் இருந்து வெளியேறும் வெந்நீரினால் கடல் உயிரினங்களும் அது சார்ந்த மக்கள் வாழ்வாதாரமும் பாதிப்பது மட்டுமல்லாமல் வெந்நீர் வெளியேற்றத்தினால் ஆற்றில் இறங்கி வேலைபார்க்கும் மீனவ மக்களுக்கு பல முறை வெந்தக் காயங்கள் ஏற்பட்டுள்ளன. திட்டமிடப்பட்டுள்ள ETPS ன் வெந்நீர் வெளியேற்றும் கட்டமைப்பை அன்னை சிவகாமி நகரிலுள்ள சூழலியல் முக்கியத்துவம் வாய்ந்தப் பகுதியில் அமைக்கவுள்ளனர். வடசென்னை மக்கள் முப்பதிற்கும் மேற்பட்ட அபாயகரப்பட்டியலிலுள்ள தொழிற்சாலைகள் (3 துறைமுகம்,2 அனல்மின்நிலையம், பெட்ரோ கெமிக்கல்

தொழிற்சாலைகள், சிமெண்ட் தொழிற்சாலைகள், ஆட்டோமொபைல் தொழிற்சாலைகள் உட்பட),1 பெரிய குப்பைக்கிடங்கு என இவற்றுக்கு மத்தியில் மிகுந்த சிரமத்துடன் வாழ்க்கையை நடத்திக்கொண்டிருக்கும் நிலையில் ஒரு புதிய அனல்நிலையம் அமையவிருப்பது ஒட்டமொத்த வடசென்னை மக்களின் வாழ்க்கையை கேள்விக்குறியாக்கும் செயலாகும்.

மேற்சொன்ன சிக்கல்களே பல ஆண்டுகளாக மக்கள் தரப்பிலிருந்து கோரிக்கையாக வைக்கப்பட்டும் தீர்க்கப்படாத நிலையில் புதிதாக ஒரு அனல்மின் நிலையம் வெளியிடக்கூடியக் கழிவுகள் மேலும் பாதிப்பை அதிகரிக்கவே செய்யும். பலமுறை உயர் நீதிமன்றமும், தேசிய பசுமைத்தீர்ப்பாயமும் சாம்பல் கழிவுகள் பொதுவில் கலக்கப்படுவதையும், பக்கிங்காம் — கொற்றலை ஆறுகள் மாசடைவதையும் கண்டித்தும், கழிவுகளை அகற்ற உத்தரவிட்டப்பின்னரும் எந்தவித சொல்லத்தக்க நடவடிக்கையும் எடுக்கப்படவில்லை.

மேலும், தொழிற்சாலை மாசுக்கு ஆளாகாத தலைநகரின் பல இடங்களில் இருந்து வெளியேற்றப்பட்ட 34,000 அடித்தட்டு மக்களை இப்படிப்பட்ட

அபாயகரமான தொழிற்சாலை வளாகத்திலிருந்து வெறும் 20 அடி தொலைவில் புதிதாக கட்டப்பட்ட 6,800 குடிசைமாற்று வாரிய கட்டடத்தில் குடியமர்த்த இருக்கிறார்கள். சமூகநீதி என்கிற சொல்லாடலை அரசியல் இலாபத்திற்காக நாளும் பயன்படுத்தும் ஆளும் திமுக அரசு, அதற்கு முற்றிலும் நேர்மாறான வகையில் மீண்டும் மண்ணின் மக்களுக்கெதிரான ஒரு கொடுஞ்செயலை விளைவிக்கத் துடிப்பது வெட்கக்கேடானது.

அனல்மின்நிலைய விரிவாக்கத்திட்டத்தின் கீழ் கூறப்பட்டிருக்கும் நிரந்தர வேலைவாய்ப்புகள் யாவும் கட்டுக்கதைகள்தான் என்பது தற்போது புலனாகிக்கொண்டிருக்கின்றது. அண்மைக்காலத்தில் கொண்டு வரப்பட்ட காமராசர் துறைமுகம், L&T துறைமுகம், NCTPS II ஆகிய இடங்களில் ஒரு நிரந்தர வேலை வாய்ப்புகூட அந்தந்தப் பகுதியின் மக்களுக்கு சரிவர வழங்கப்படவில்லை.

அண்மையில் க்ளாஸ்கோவில் நடைபெற்ற Cop26ல் நிலக்கரி சார்ந்த மின்சார உற்பத்தி, எரிவாயு உற்பத்தி ஆகியவற்றை முற்றிலும் தவிர்ப்பது மட்டுமே புவி வெப்பமடைவதை குறைக்கவும், பருவநிலை மாற்றத்தை தடுக்கவும் உதவும் என்று

அறிவிக்கப்பட்டு, அது அனைவராலும் ஏற்கப்பட்டது. இந்தியாவும் நிலக்கரி சார்ந்த ஆற்றல் உற்பத்தியைப் படிப்படியாகக் குறைப்பதற்கு உறுதி ஏற்றது. இந்நிலையில் மாற்று மின்சார ஆற்றல் உற்பத்தி முறைகளைத்தான் அரசு கையாண்டிருக்க வேண்டும். அதனை விட்டுவிட்டு, மேலும் நிலக்கரி சார்ந்த அனல்மின் நிலையங்களை விரிவாக்குவது அல்லது புதிதாகத் தொடங்குவது சுற்றுச்சூழலை மேம்படுத்துவதற்கும், காலநிலை மாற்றத்தினை தடுப்பதற்கும் எந்த விதத்திலும் உதவாது.

முன்னதாக, இத்திட்டத்திற்கான மக்கள் கருத்துக்கேட்புக்கூட்டம் வரும் சனவரி 6 அன்று நடைபெறும் என அறிவிக்கப்பட்டிருந்தாலும், தமிழ்நாடு அரசு தரப்பு இத்திட்டத்தில் இருக்கக்கூடியச் சிக்கல்களை முன்வந்து ஆராய வேண்டும். சூழலியல் அபாயகரமானப் பெரும் திட்டங்களுக்காக நடத்தப்படும் கருத்துக்கேட்புக் கூட்டங்கள் வெறும் கண்துடைப்பென மாறி நிற்கும் வேளையில், மண்ணுக்கோ, மக்களுக்கோ பெரும் கேடாக அமையப்போகிற இத்திட்டம் கருத்துக்கேட்புக்கூட்டம்வரை கொண்டு செல்லப்படக்கூடாது என்றும், அனல் மின்நிலையத் திட்டத்தினை

உடனடியாகவும், முழுவதுமாகவும் கைவிட தமிழக அரசு முன்னேற்பாடுகளை விரைந்து செய்ய வேண்டுமென்றும் நாம் தமிழர் கட்சி சார்பாகக் கேட்டுக்கொள்கிறேன். அதற்கு நேர்மாறாக, இத்திட்டம் முன்நகர்ந்தால் இதன் தீயவிளைவுகளை எடுத்துரைத்து, மக்களைத் திரட்டி நாம் தமிழர் கட்சி மிகத்தீவிரமாகப் போராடுமெனப் பேரறிவிப்பு செய்கிறேன்.

செந்தமிழன் சீமான்
தலைமை ஒருங்கிணைப்பாளர்
நாம் தமிழர் கட்சி (டிசம்பர் 19, 2021)

10.21/11/2021 அன்று செங்கல்பட்டு தெற்கு மாவட்டம், செய்யூர் தொகுதி, திருக்கழுக்குன்றம் ஒன்றியம் சார்ந்த கிளாப்பாக்கம் பகுதியில் கொடி ஏற்றும் நிகழ்வு மற்றும் மரக்கன்றுகள் நடும் நிகழ்வு அதனைத் தொடர்ந்து நடைபெற்ற செங்கல்பட்டு தெற்கு மாவட்ட செய்யூர் தொகுதி, திருக்கழுக்குன்றம் ஒன்றிய கட்டமைப்பு வசதிகள் குறித்த ஆலோசனை மற்றும் ஒன்றிய பொறுப்பாளர்கள் நியமனம் குறி◌ ்த்து விவாதிக்கப்பட்டது.

மேலே குறிப்பிடப்பட்டுள்ள தகவல்கள் மிகவும் குறைந்த அளவிலான தகவல்களே,நாம் தமிழர் கட்சியின் செயல்பாடுகள் மற்றும் புரட்சியாளர் செந்தமிழன் சீமான் அவர்களின் பணி அளப்பரியது.மேலும் கீழே உள்ள இன்னும் பல பாசறைகள் தன் பணியை ஆகச்சிறப்புடன் செய்து வருகிறது.

தகவல் தொழில் நுட்பப் பாசறை.
தமிழ் மீட்சிப் பாசறை
தொழிலாளர் நலச் சங்கம்
தகவல் தொழில்நுட்பப் பணியாளர்கள் பிரிவு
மாணவர் பாசறை
வணிகர் பாசறை
உழவர் பாசறை
மாற்றுத் திறனாளிகள் பாசறை.

நாம் தமிழர் மேடை !

மேடை பேச்சை,வீரர்கள் வாழ் வீசும் போர்க்களமாக மாற்றி அமைத்திருக்கும் ஒரு கட்சி உலகில் உள்ளது என்றால் அது புரட்சியாளர் செந்தமிழன் சீமானின் நாம் தமிழர் கட்சி மேடைகள்தான்.இதுவரை நாம் தமிழர் கட்சியின் உறவுகள் மற்றும் அக்கட்சியின் தலைமை ஒருங்கிணைப்பாளர் செந்தமிழன் சீமானின் மேடை பேச்சுக்கள்,மக்கள் மத்தியில் ஒரு புதிய அரசியல் மற்றும் சமூக பரிணாமத்தை ஏற்படுத்தியுள்ளதை நாம் அறியலாம்.நாம் தமிழர் பொதுக்கூட்டங்கள் மாநாடுகள் நடக்கும் இடங்களில் பெரிதளவு புத்தகங்கள் விற்பனையாவதை பார்க்கலாம்.ஒரு தலை சிறந்த ஒழுக்கம் உள்ளவர்களாக அக் கட்சியின் தம்பி தங்கைகள் இருப்பது ஆகச்சிறப்பு.யாருக்கு இந்த அரசியல் ஒரு வருமானமாக இருந்தாலும்,நாம் தமிழர் உறவுகளுக்கு அரசியல் ஒரு இனமானமாகவே இருந்து வருகிறது.எல்லோரும் ஒன்னா நிற்ப்போம் ஆனால் நாங்கள்தான் முன்னாள் நிற்போம்!போன்ற முழக்கங்கள் அனைவரிடத்திலும் சற்று மிகுமகிழ்ச்சியை ஏற்படுத்துகிறது.பொதுவாக செந்தமிழன் சீமான் அவர்கள் அவரின்,மேடைகளில் தமிழர் வரலாறு,தமிழர் அடிமையானது,இன்றைய தமிழர்

நிலை,தலைவர் மேதகு வே பிரபாகரன் பற்றி,மற்றும் அதிகளவில் நடக்கும் இயற்கை வள சுரண்டல்.இன்றைய கல்வி முறை மற்றும்,இன்னும் பல கருத்துக்களை மேடை தோறும் முழங்கி இருக்கிறார்.இதே கருத்துகளும் மற்றும் பல அரசியல் கட்சிகளை பற்றியும் தமிழர் வாழ்வியல்,வரலாறு,ஆடு மாடு மேய்த்தல்,விவசாயம் தேசிய தொழில்,நீர் வள பெருக்கம்,தரமான இலவச மருத்துவம்,தரமான,இலவச கல்வி.போன்றவற்றை செந்தமிழன் சீமான் அவர்களும்,அவரது தம்பி தங்கைகளும்,மற்றும் நாம் தமிழர் உறவுகள் மேடை தோறும் அனைத்து இடங்களில் முழங்குவது ஆகச்சிறப்பு.குறிப்பாக பாவேந்தர் பாரதிதாசன் அவர்களின் கவிதைகள்,பாரதியின் கவிதைகள்,திருக்குறள் மற்றும் சிறந்த புத்தகங்களின் கருத்துக்களை மேற்கோள்காட்டி பேசுவது அதனிலும் சிறப்பு.செந்தமிழன் சீமான் அவர்களுக்கு பின்னால் நிற்கும் இத்தனை லச்சம் கூட்டம்,உண்மையை சொல்ல போனால் பணத்துக்காகவோ,வேறு எந்த ஆதாயத்திற்காகவோ அல்ல மாறாக இன பற்றுக்காக என்று உணரும் தருணத்தில் பல புரட்சியாளர்களின் வரலாறு கண்ணுக்கு தெரிகிறது.

"சொல்லுதல் யாருக்கும் எளிய
அறியவாம்
சொல்லிய வன்னம் செயல்"

இந்த திருக்குறள் உண்மையில் நாம் தமிழர் படைக்கு பொருத்தமாக இருக்கும்.என்பதில் சிறிதும் ஐயமில்லை.

நாம் தமிழர் கட்சி மேடைகளில் பேசும் செந்தமிழன் சீமான் மற்றும்,அவரது தம்பி தங்கைகளின் சிறப்பு என்ன வென்றால்? எந்த ஒரு துண்டு சீட்டை பார்த்தோ அல்லது வழக்கமான அரசியல் பேச்சுகளோ அல்ல, மாறாக எரிமலை சீற்றம் போல்,ஒரு ஆழி பேரலை போல் அவை இருக்கும்.இவை எல்லா வற்றிட்கும் மேலாக பல தேசிய கட்சிகளே பேச மறுக்கும் சர்வதேச அரசியல்,மற்றும் சாதி,மத இழிவுகளை நாம் தமிழர் பேசுவது வீரத்தின் உச்சம்.

கண்டன ஆர்ப்பாட்டம் !

ஒன்றிய அரசுக்கெதிராக சீமான் தலைமையில் சென்னை நடைபெற்ற மாபெரும் கண்டன ஆர்ப்பாட்டம்:

அக்டோபர் 31, 2021

இலங்கை கடற்படையால் தமிழ்நாட்டு மீனவர்கள் தொடர்ச்சியாகப் படுகொலை செய்யப்படுவதைக் கண்டித்தும், கூடங்குளத்தில் அணுக்கழிவு மையம் அமைப்பதற்கு எதிர்ப்புத் தெரிவித்தும், வனப்பாதுகாப்பு சட்டத்திருத்த வரைவு — 2021ஐ திரும்பப்பெற வலியுறுத்தியும் இந்திய ஒன்றிய அரசுக்கெதிராக 31.10.21 அன்று சென்னை, வள்ளுவர் கோட்டத்தில் நாம் தமிழர் கட்சி சார்பாக தலைமை ஒருங்கிணைப்பாளர் செந்தமிழன் சீமான் அவர்கள் தலைமையில் மாபெரும் கண்டன ஆர்ப்பாட்டம் நடைபெற்றது.இந்நிகழ்வில், மருது மக்கள் இயக்கத் தலைவர் செ.முத்துப்பாண்டி, தமிழர் நலப்பேரியக்கத் தலைவர் சோழன் மு.களஞ்சியம், வனவேங்கைகள் கட்சியின் தலைவர் பொ.மு.இரணியன், தமிழ்த்தேசிய கிறித்துவ இயக்கத்தைச் சேர்ந்த மை.பா.சேசு ராஜ், ஆதித்தமிழர் விடுதலை இயக்கத்தலைவர் அ.வினோத், நாம்

தமிழர் கட்சியின் மகளிர் பாசறை மாநில ஒருங்கிணைப்பாளர் காளியம்மாள், மாநில ஒருங்கிணைப்பாளர் ஹிமாயூன், மாணவர் பாசறை மாநில ஒருங்கிணைப்பாளர் இடும்பாவனம் கார்த்திக் ஆகியோர் கண்டன உரையாற்றினர்.நிகழ்வில் தலைமை ஒருங்கிணைப்பாளர் சீமான் அவர்கள் ஆற்றிய கண்டன உரையின் தொகுப்பு பின்வருமாறு,தமிழர்களின் உயிர்காக்க, உரிமை காக்க, நிலம்காக்க நடந்துகொண்டிருக்கிற இப்பேரெழுச்சியானக் கண்டன ஆர்ப்பாட்டத்தில் கலந்துகொண்டிருக்கிற உறவுகள் அனைவருக்கும் எனது அன்புநிறைந்த வணக்கம்!

எதற்குக் கடற்படை இராணுவம்?

நாம் இங்கு மூன்று சிக்கல்களுக்காக ஒன்றுகூடி ஆர்ப்பாட்டம் செய்துகொண்டிருக்கிறோம். தொடர்ச்சியாக நமது இன உறவுகளான மீனவச்சொந்தங்களை இலங்கைக்கடற்படை சுட்டுக்கொல்வதை வாடிக்கையாக வைத்திருக்கிறது. அதற்கு அவர்கள் சொல்கிற காரணம், எல்லைத்தாண்டிச் செல்கிறோம் என்பதுதான். அப்படியென்றால், இந்தியக்கடல்படை இராணுவம் எல்லையில் நிறுத்தி வைக்கப்பட்டு, ‘இத்தோடு திரும்புங்கள்’ என மீனவர்களுக்கு

அறிவுறுத்தியிருக்க வேண்டியதுதானே? அதனை ஏன் செய்யவில்லை? உலகின் வலிமைமிக்க கடற்படை இராணுவங்களுள் ஒன்றான இந்தியக்கடற்படை கடலுக்குள் யாரிடமிருந்து யாரைப் பாதுகாக்க வேலைசெய்கிறது? சொந்த நாட்டுக்குடிகளில் 850 க்கும் மேலான மீனவர்களைச் சுட்டுக்கொன்றிருக்கிறது இலங்கைக்கடற்படை. இதுகொலை செய்தது மட்டும்தான்; படகைப் பறித்தது, அடித்துத் துரத்தியது, சித்ரவதை செய்தது, வலையைக் கிழித்தது, சிறைப்படுத்தியது இதுவெல்லாம் தனி. என்றைக்காவது சிங்களக்கடற்படை தமிழக மீனவர்களைச் சிறைபிடிக்க வரும்போது அல்லது தாக்க வரும்போது இந்தியக்கடற்படை இராணுவம் தடுத்து அவர்களைக் காப்பாற்றியது எனும் செய்தியை எவராவது கேள்விப்பட்டதுண்டா? இல்லை! அப்புறம், எதற்காகக் கடற்படை இராணுவம்? தம்பி ராஜ்கிரணுக்குத் திருமணமாகி 40 நாட்கள்தான் ஆகிறது. அவனை அடித்துக்கொலைசெய்து, அவன் மீது எரிதிரவத்தை ஊற்றியிருக்கிறார்கள். அவன் இறந்தப்பிறகும்கூட, அவனைவிடுவதற்கு சிங்களக்கடற்படையினருக்கு மனமில்லை. என்னவொரு குரூரமான மனநிலை? எவ்வளவு வன்மம்? நாங்கள் எல்லைத்தாண்டிச் செல்வதாகக் குற்றஞ்சாட்டுகிறார்கள். அருகாமையிலிருக்கும் கேரள மீனவர்கள்

எல்லைத்தாண்டிச் செல்வதில்லையா? செல்கிறார்கள்! ஆனால், எல்லைத் தாண்டிச்சென்றாலும் கேரள மீனவனை சிங்கள இராணுவம் ஒருபோதும் தொடுவதில்லை; எல்லைத்தாண்டவில்லையென்றாலும், தமிழர்களைத் தாக்குகிறார்கள். காரணம், சிங்களர்களின் ஆழ்மனதிலிருக்கிற தமிழர்கள் மீதான வன்மம். எங்கள் தம்பிகள் தாங்கள் அனுபவித்தக் கொடுமைகளைக் கதை கதையாகக் கூறுவார்கள்.

இந்தியா அண்டை நாடா?

நாங்கள்தான் இந்தியாவை சொந்த நாடென்றும், எங்களை இந்தியக்குடிகளென்றும் நினைத்துக் கொண்டிருக்கிறோம். ஆனால், இந்நாடு அவ்வாறு கருதுகிறதா? எனும் கேள்வி நீண்ட நாட்களாகவே எழுகிறது. ஐயா அப்துல் கலாம் இந்தியாவின் குடியரசுத்தலைவர், கிரிக்கெட் அணியில் விளையாடுகிற எமது தம்பி இந்தியக்கிரிக்கெட் வீரர்; ஆனால், கடலுக்குள் செத்து விழுகிற மீனவன் மட்டும் தமிழ் மீனவன்? இத்தனை மீனவர்கள் படுகொலை செய்யப்பட்டப்போது, ‘இந்திய மீனவன்’ என இந்தியப்பாராளுமன்றத்திற்குள் ஒருவர் பதிவுசெய்ததுண்டா? சான்றுகாட்ட

முடியுமா? இல்லை! பாராளுமன்றத்திற்குள்ளேயே தமிழ் மீனவனென்றுதான் பதிவுசெய்கிறார்கள். ஆம்! நாங்கள் தமிழர்கள்; தமிழ் மீனவர்கள்தான். இந்த எண்ணப்போக்கு என்ன செய்யும்? தமிழ்நாடு என் நாடு! இந்தியா அதன் பக்கத்து நாடு என்ற முடிவுக்குத் தள்ளிவிடும்.

இந்தியா — இலங்கை போடும் நாடகம்!

இலங்கை பாராளுமன்ற உறுப்பினர் சுமந்திரன் தமிழர்களை வைத்துக்கொண்டு ஒரு ஆர்ப்பாட்டம் நடத்தி, தமிழக மீனவர்கள் எல்லைத்தாண்டி வந்து அவர்களது மீன்களைப் பிடித்துச் செல்வதாகக் குற்றஞ்சாட்டுகிறார். எல்லைக்குள்ளே நுழைய முடியாது, எல்லைக்கு முன்பே எங்களைத் தாக்கி அழிக்கிறபோது எப்படி அவர்களது மீன்களை எங்களால் பிடிக்க முடியும்? இது எவ்வளவு பெரிய பொய்? இந்தியாவில், தமிழகத்தில் எவ்வளவோ அரசியல் தலைவர்கள் இருக்கிறபோது அதில் என்னை மட்டும் குறிப்பிட்டுப் பேசுகிறார். ஏனென்றால், அவருக்கு அவ்வாறாகச் சொல்லிக் கொடுக்கப்பட்டிருக்கிறது. அவர்கள் இங்குள்ள தமிழ் மீனவனுக்கும், இலங்கையிலுள்ள தமிழ் மீனவனுக்குமே சண்டை என்றுகாட்ட நினைக்கிறார்கள்.

850க்கும் மேற்பட்ட தமிழக மீனவர்களை அங்கு வாழும் தமிழ் மீனவர்களாகக் கொன்றார்கள்? இலங்கை இராணுவம்தானே கொன்றது? ஆனால், அதனை மறைத்து திட்டமிட்டு ஒரு நாடகத்தை அரங்கேற்றுகிறது இலங்கை அரசு. அதற்கு இந்திய அரசும் முழுவதுமாகத் துணைபோகிறது. தமிழ்நாடு அரசு அதனைத் தட்டிக்கேட்காது வேடிக்கைப் பார்க்கிறது. நான் கேட்பதைக் கேட்டிருக்க வேண்டியது ஐயா ஸ்டாலின்தான்! ஆனால், அவர் கேட்கவில்லை.

திமுக அரசின் இரட்டைவேடம்!

எதிர்க்கட்சியாக இருக்கும்போது மீனவர் படுகொலைக்காக ஐயா ஸ்டாலின் விடுத்த அறிக்கை இருக்கிறது. 'மீனவர்களைத் திட்டமிட்டுத் தாக்கி அழித்திருக்கிறார்கள்; இந்திய அரசு அழுத்தம் கொடுத்து இலங்கை அரசிடமிருந்து இறந்துபோன மீனவர்களின் குடும்பத்திற்கு தலா 5 கோடியைப் பெற்றுக்கொடுக்க வேண்டும்' என ஐயா ஸ்டாலின் கூறியதற்கான சான்றுகள் இருக்கிறது. இப்போது, "இலங்கைக் கடற்படையினர் தமிழக மீனவர்களின் படகினை விரட்டிவரும்போது எதிர்பாராதவிதமாக மூழ்கிவிட்டது" என்கிறார் ஐயா ஸ்டாலின். சிங்கள இராணுவம்கூட இவ்வாறு கூறவில்லை.

எடப்பாடி பழனிச்சாமி ஆட்சிக்காலமென்றால் திட்டமிட்டு நடந்துவிட்டது எனக்கூறுவது, திமுக ஆட்சிக்காலமென்றால் எதிர்பாராது நடந்துவிட்டது எனக்கூறுவது; எல்லாம் நாடகம்! 39 பாராளுமன்ற உறுப்பினர்களை வைத்திருக்கிற திமுக, “என்னோடு தொலைபேசியில் பேசுவார் பிரதமர் மோடி” என்கிற ஐயா ஸ்டாலின், அழைப்பெடுத்து அவரிடம் பேச வேண்டியதுதானே? அதனையெல்லாம் ஏன் செய்யவில்லை? இப்படுகொலைக்கு முதன்மை அமைச்சர் நரேந்திரமோடி, வெளியுறவுத்துறை அமைச்சர், பாதுகாப்புத்துறை அமைச்சர் என எவரும் கண்டனமோ, வருத்தமோ தெரிவிக்கவில்லையே! எங்கள் வரிப்பணத்தில்தான் இந்திய இராணுவத்தினருக்குப் பயிற்சியும், ஊதியமும் அளிக்கப்படுகிறது. அந்த இராணுவம் எங்களைப் பாதுகாக்காதென்றால் இந்நாட்டின் மீது எங்களுக்கென்ன பற்று இருக்கும்? ராஜ்கிரண் படுகொலையில் காங்கிரசு கட்சியின் நிலைப்பாடு என்ன? பாஜகவின் கண்டனம் என்ன? அதிமுக முன்னாள் அமைச்சர்களின் நிலைப்பாடு என்ன? ஒன்றுமில்லையே! இவர்களுக்கெல்லாம் நமது உயிர் ஒரு வாக்கு அவ்வளவுதான். அவர்களுக்கு நமது வாக்கு முக்கியம்; உயிர் முக்கியமில்லை. இதனையுணர்ந்து தெளிந்து, விழிப்புணர்வு அடைந்து என்றைக்கு எழுச்சிகொள்கிறோமோ

அன்றைக்குத்தான் பாதுகாப்பாக வாழத்தொடங்குவோம்.

நெய்தல் படை கட்டுவோம்!

'நெய்தல் அமைப்பேன்' எனக்கூறுவதால் இந்திய இராணுவத்தை நான் அவமதிப்பதாகக் கூறுகிறார்கள். இந்திய இராணுவத்தை நாங்கள் அவமதிக்கவில்லை. அதுதான் தனது பணியைச் செய்யாது எங்களையும், இந்நாட்டையும் அவமதிக்கிறது. நாங்கள் முன்வைத்த நெய்தல் படையைப் போலவே ஒரு படையை மதிப்பிற்குரிய ஐயா பினராயி விஜயன் அவர்கள் கேரளாவில் அமைத்துவிட்டார். அதுவும், நாங்கள் கூறிய வண்ணத்திலேயே அப்படைக்கு உடையளித்து, நாட்டுக்கு அர்ப்பணித்திருக்கிறார். அவர் அதனை உருவாக்கியதற்கான நோக்கம் வேறு! நான் உருவாக்க நினைக்கும் நோக்கம் வேறு! ஒரு காலம் வரும். என் தம்பி ராஜ்கிரண் கடலில் செத்து மிதந்தது போல, சிங்களனும் நடுக்கடலில் செத்து மிதக்கிற நிலை வரும். அது நடக்கும்.

அணுக்கழிவு மையம் எனும் பேராபத்து!

அணுக்கழிவு மையத்தை

இடிந்தகரையிலேயே வைக்கலாம் என இந்திய ஒன்றிய அரசு கூறிவிட்டது. நாம் தமிழர் கட்சியைத் தவிர்த்து எந்தக்கட்சி அதனை எதிர்த்துக்களத்தில் நிற்கிறது? எடியூரப்பா ஆட்சியின்போது, அணுக்கழிவு மையத்தை கோலார் தங்கவயலில் வைக்கலாம் என ஒரு செய்தி கசிந்தபோது, அதனையெதிர்த்து அம்மாநிலத்தின் எல்லாக் கட்சிகளும் திரண்டு, கன்னட மாநிலத்தின் ஒற்றைக்கொடியை ஏந்திப் போராட்டம் செய்து அதனைத் தடுத்து நிறுத்தியது. அணுக்கழிவு மையம் அமைக்கப்படுவது குறித்தான திமுகவின் நிலைப்பாடென்ன? திமுகவின் சுற்றுச்சூழல் அணி என்ன செய்கிறது? எதுவும் பேசவில்லை!

யார் பொறுப்பேற்பார்கள்?

போர் நடந்து, நான் ஏதிலியாக இடம்பெயர்ந்தால்கூட ஒரு காலம் வரும்போது எனது தாயகத்திற்குத் திரும்ப முடியும்; ஈழத்தில் மீண்டும் குடியேற எனக்கு ஒரு வாய்ப்பிருக்கிறது. ஆனால், அணு உலை வெடித்தால் எந்தக் காலத்திலும் என் தாய் நிலத்திற்குத் திரும்ப முடியாது. நிலம் முழுவதுமாக நஞ்சாகிவிடும். 1986ல் செர்னோபிலில் அணு உலை வெடித்தது. 1988ல் ரஷ்யாவிடமிருந்து அணு உலையை இறக்குமதி செய்ய ஒப்பந்தமிட்டார் ஐயா

ராஜீவ்காந்தி. அதன்பிறகு, ஜப்பானின் புகுஷிமாவில் அணு உலை வெடித்தது. அதுகுறித்து ஒரு தாய் பதிவுசெய்கிறாள். "முன்பெல்லாம் எங்கள் வீட்டின் சன்னலைத் திறந்தால், காற்று மகரந்த வாசனையைக் கொண்டு வரும். இப்போது சீசியமும், கந்தக வாசனையும் எங்களை வந்தடைகிறது" என்கிறார். குலாம் நபி ஆசாத் பாதுகாப்புத்துறை அமைச்சராக இருக்கும்போது ஆணுறைகளை வெளிநாட்டிலிருந்து இறக்குமதி செய்கிறார்கள். அதுகுறித்துக் கேள்வியெழுப்பியபோது, "ஆணுறையைப் பாதுக்காப்பாகத் தயாரிப்பதற்கான தொழில்நுட்பம் இந்தியாவிலில்லை" என்றார். அற்ப ஆணுறையைத் தயாரிக்கிற தொழில்நுட்பம்கூட இல்லாத இவர்கள்தான், அணு உலை பாதுகாப்பானது என்கிறார்கள். ஒருவேளை, செர்னோபில் போல அணு உலை விபத்து ஏற்பட்டால் அதற்கான இழப்பீட்டை யார் தருவது? கால்செருப்புக்கும், கைக்கடிகாரத்திற்கும் உறுதி தருகிற இந்நாட்டிலே அணு உலைக்கு நாங்கள்தான் பொறுப்பு என அரசும் கூறவில்லை; அணு உலையைத் தந்த ரஷிய தேசமும் கூறவில்லை.

வீரியம் குறையாத கதிர்வீச்சு!

அணு உலையை தண்ணீரைக்கொண்டு

குளிர்விக்க வேண்டும். அதனால்தான், அதனைக் கடலருகே அமைக்கிறார்கள். குளிர்விக்கிற தண்ணீரைத் திரும்பக் கடலிலேயே கலக்கச்செய்கிறார்கள். அந்நீரில் கதிர்வீச்சுகள் இருக்கும். அதில் பாதிக்கப்பட்டு 90 திமிங்கிலங்கள் செத்து கரை ஒதுங்கியது. அடையாறில் பல்லாயிரக்கணக்கான மீன்கள் செத்து மிதந்தது. அதுகுறித்து யாரும் இங்கு பேசவில்லை; எந்த விவாதமும் செய்யவில்லை. கதிர்வீச்சு கொண்ட நீரின் மூலம் முளைக்கிற புல்லை மாடுதின்று, அம்மாட்டிலிருந்து பாலைக் கறந்து, பாலிலிருந்து வெண்ணெயோ, நெய்யோ எடுத்து அதனை ஒரு கண்ணாடிப்போத்தலில் அடைத்து, ஒரு இருட்டறையில் அப்போத்தலை வைத்தால் அது பகல்போல பளிச்சென்று எரியும் என்கிறார்கள். புல், மாடு, பால், வெண்ணெய், நெய் எனப்பல்வேறு நிலைகளுக்கு மாறியப்பிறகும்கூட, அக்கதிர்வீச்சின் வீரியம் கொஞ்சமும் குறையாதிருக்கிறது.

எனதருமைத் தம்பி, தங்கைகளே!

அணு குண்டின் மீது ஒருவர் அமர்ந்திருப்பதும், அணு உலைக்கருகே ஒருவர் குடியிருப்பதும் ஒன்றுதான். உலகில் பாதுகாப்பான அணு என்றவொன்றே இல்லை. இதனை நான்

கூறவில்லை; விஞ்ஞானிகளே கூறுகிறார்கள். எங்களுக்கு அணு உலை மூலம் பெறப்படுகிற மின்சாரம் வேண்டாம். நாங்கள் வெளிச்சத்தில் வாழ்வதைவிட உயிரோடு வாழ்வது மிக முதன்மையானது. மின்சாரம் கண்டுபிடிக்கப்பட்டது அணு உலையிலிருந்தும் அல்ல; அணு உலைகள் கண்டுபிடிக்கப்பட்டது மின்சார உற்பத்திக்காகவும் அல்ல என்பதனைப் புரிந்துகொள்ள வேண்டும். 1986ல் செர்னோபிலில் அணு உலை வெடிக்கிறது. பேரழிவு நிகழ்கிறது. "ரஷ்ய தேசத்திற்கு மட்டுமல்லாது உலகத்திற்கே ஏற்பட்டப் பேரிழப்பு. இந்த விஞ்ஞானிகள் ஆபத்பாண்டவர்கள், ரட்சகர்கள்; இவர்கள் நம்மைக் காப்பார்கள்; மீட்பார்கள் என நம்பினோம். ஏமாந்தோம்" என்றார் அந்நாட்டின் அதிபர் கோபர்சேவ். கடைசியில், மிகப்பெரிய இரும்புவேலிக்கம்பியை அமைத்து, பல இலட்சக்கணக்கான ஆண்டுகள் இதன் பக்கத்தில் வராதீர்கள் என எழுதி வைத்துவிட்டுச் சென்றுவிட்டார்கள்.

மாற்று வாய்ப்பில்லையா?

அணு உலையைப் பேராபத்து என்கிறோம். அணு உலை இல்லையென்றால், மின்சாரத்திற்கு வாய்ப்பில்லையா? இருக்கிறது. அணு உலையை ஆதரித்துப் பேசிய ஐயா அப்துல் கலாம் அவர்களே,

“சூரிய ஒளி மின்சாரமும், காற்றாலை மின்சாரமுமே சூழலியலுக்குப் பாதுகாப்பானது” எனக்கூறிவிட்டார். ஜப்பான், துபாய் போன்ற நாடுகள் கடலலையில் சிறு பந்துகளை இட்டு, அதன் மூலம் மின்சாரத்தைத் தயாரிக்கின்றன. கடற்கரைக்கு அருகே காற்றாலைகளை அமைத்து மின்சாரத்தைத் தயாரிக்கிறது பிரிட்டன். 365 நாட்களில் 300 நாட்களுக்கு மேல் பாலைவனத்தில் சூரிய ஒளியைப் பெற முடியும் எனும்போது அங்கு சூரிய ஒளி மின்பூங்கா அமைத்து மின்சாரம் தயாரிக்க முடியாதா? முடியும்! எங்கள் ஊர் கமுதியில் 5,000 ஏக்கர் பரப்பில் 4,000 கோடி ரூபாய் முதலீட்டில் சூரிய ஒளி மின் பூங்கா அமைத்திருக்கிறார் அதானி. அந்த 4,000 கோடி ரூபாய் அரசிடமில்லையா? இருக்கிறது! ஏன் அதனைச் செய்யவில்லை? இரு கட்சிகளும் இந்தத் தேர்தலுக்கு மட்டுமே 5,000 கோடி செலவழித்திருக்கின்றன. மாற்று மின்பெருக்கத்திற்கான வாய்ப்புகள் இருக்கிறது. மின்னுற்பத்தியில் நம்மால் தன்னிறைவு அடைய முடியும். நமது ஆட்சியின் செயற்பாட்டு வரைவிலேயே அதற்கான வழிவகைகளைக் கொடுத்திருக்கிறோம். சாலையின் இருபுறமும் காற்றாடிகளை வைத்து மின்சாரத்தைத் தயாரிக்கிற தொழில்நுட்பமே இருக்கிறது. ஆனால், அதனை இவர்கள் செய்வதில்லை. இவர்கள் உற்பத்தியில் முதலீடு

செய்வதில்லை. மாறாக, வாங்குவதில்தான் முதலீடு செய்கிறார்கள். அதானி போன்ற பிற மாநில முதலாளிகளிடம் பல்லாயிரம் கோடிகளை முதலீடு செய்கிறார்கள். ஆனால், உற்பத்தியில் முதலீடு செய்வதில்லை. உற்பத்தியில் முதலீடு செய்தால் அது நிரந்தரத் தீர்வாகிவிடும். மின்சாரத்தை வாங்குவதில் முதலீடு செய்தால், ஒரு அலகு மின்சாரத்திற்கு 50 காசுகள் என வைத்துக்கொண்டாலும் அதன்மூலம் பலகோடி ரூபாய் கிடைக்கும்.

அணு உலைப்பூங்கா அமைத்தால் என்னவாகும்?

அணுக்கழிவுகளை அணு உலையிலிருந்து தொலைதூரத்தில் புதைக்க வேண்டும். இல்லையென்றால், அதே இடத்திலேயே ஆழக்குழிதோண்டிப் புதைக்க வேண்டும். அவ்வாறு சேமிக்கும் அணுக்கழிவுகளைப் பல்லாயிரம் ஆண்டுகளுக்குப் பாதுகாப்பாகச் சேமிக்க வேண்டும் என்கிறார்கள். நன்கு கட்டப்பட்ட கான்கிரீட் சுவரை அணுக்கதிர் வீச்சு இலட்சம் கிலோமீட்டர் வேகத்தில் ஊடுருவிச்செல்லும் என்கிறார்கள். கான்கிரீட் சுவரிலேயே அவ்வாறு ஊடுருவுமென்றால், மனிதத்தசையை எவ்வாறு ஊடுருவிச்செல்லும்? எனச்சிந்திக்க வேண்டும். இந்தக் கொடுமைகளுக்கு எதிராகப் போராடவில்லையென்றாலும்,

நம்மைப் போராடயாவது அரசு அனுமதிக்க வேண்டும். அதனையும் செய்வதில்லை. அணுக்கழிவு மையம் குறிப்பது குறித்து திமுக அரசு என்ன நிலைப்பாடு எடுத்திருக்கிறது? அணுக்கழிவுகளை ஒருபோதும் தமிழர் தாயகத்திற்குள் அனுமதிக்கக்கூடாது. 1,2 அணு உலைகள் தற்போதிருக்கிறது. 3,4,5,6 அணு உலைகளை அமைக்கப்போகிறார்கள். ஆண்டொன்றுக்கு 6,000 மெகாவாட் மின்னுற்பத்திக்கு 4,200 கிலோ அணுக்கழிவுகள் வெளியாகும் என்கிறார்கள். அதனைப் பத்திரப்படுத்தி பாதுகாக்க வேண்டும். அவர்களது நோக்கம் அணு உலையல்ல; அணு உலை பூங்கா அமைப்பதுதான். மொத்தமாக, 10,000 ஏக்கர் நிலத்தைக் கையப்படுத்தத் திட்டமிடுகிறார்கள். அதற்காகத் துணை இராணுவத்தைக் குவிப்பார்கள். அதற்கெதிராகக் கிளர்ச்சி செய்ய முடியாது. ஸ்டெர்லைட் ஆலையை மூடக்கோரிப் போராடியதற்கே தமிழக அரசு, 14 பேரை சுட்டுக்கொலை செய்கிறதென்றால், அணு உலையை மூடக்கூறி போராடினால் என்னவாகும்? என்பதனைச் சிந்திக்க வேண்டும். அப்பேராபத்தைத் தடுப்பதற்கே களத்தில் நின்று போராடுகிறோம்.

காடுகளுக்கு விளையும் பேராபத்து!

வனப்பாதுகாப்புச் சட்டத்திருத்தம் கொண்டு வருகிறார்கள். 1980ல் வனம்சாரா திட்டங்களை நிறைவேற்றுதல், மரங்களை வெட்டுதல் போன்றவற்றை முறைப்படுத்த வனப்பாதுகாப்புச் சட்டம் கொண்டு வரப்பட்டது. இச்சட்டம் முறைப்படுத்துகிறதோ இல்லையோ, வெட்டப்பட்ட மரங்களுக்கு இணையாக மரங்களை நடுவதற்கு வலியுறுத்தியது. இப்போது கொண்டு வரப்பட்டத் திருத்தத்தில் அது நீக்கப்பட்டிருக்கிறது. தனிநபர் காடுகளுக்கு விலக்கும் கொடுக்கப்பட்டிருக்கிறது. 1980க்கு முன்பாக நெடுஞ்சாலைத்துறை, தொடர்வண்டித்துறை தங்களது தேவைக்காக கையப்படுத்தியிருக்கிற நிலங்களில் காடுகள் இருந்தாலும் அதனை அவர்கள் எவ்வாறு வேண்டுமானாலும் பயன்படுத்திக் கொள்ளலாம் என இச்சட்டம் கூறுகிறது. காடுகளைத் தனியாருக்குக் குத்தகை விடும்போது அனுமதி அவசியமில்லை எனவும் கூறுகிறது. இவர்கள் நியூட்ரினோ திட்டம், சாகர்மாலா போன்றவற்றிற்கு நிலங்களைக் கையகப்படுத்தவும், காடுகளை அழிக்கவும் தடையிருக்கக்கூடாது என நினைக்கிறார்கள். பன்னெடுங்காலமாகக் காடுகளிலேயே வாழ்கிற பழங்குடி மக்களின் வாழ்வாதாரம் குறித்து இச்சட்டத்தில் எதுவுமில்லை. அவர்களைக் காடுகளுக்கெதிரானவர்கள்

எனக்கூறிவிட்டு, பெருமுதலாளிகள் தங்கும் விடுதிகளும், மாளிகைகளும் அமைக்கவே இது வழிவகை செய்கிறது. காடுகளில் வளத்தை எடுப்பதற்கு ஆய்வுசெய்ய அனுமதி தேவையில்லை எனவும்கூறி இச்சட்டத்தில் விலக்கு அளிக்கப்பட்டிருக்கிறது. இவ்வாறு வனப்பாதுகாப்புச்சட்டத்திருத்தத்தைக் கொண்டு நம்மை ஏமாற்றி வளங்களை அபகரிக்க முயல்கிறார்கள். இதுகுறித்து ஆளும் திமுக அரசின் நிலைப்பாடு என்ன? எதிர்க்கட்சியின் கருத்தென்ன? எதுவும் தெரியவில்லை! இக்கொடுமைகளுக்கெதிராக ஒற்றைக்கட்சியாக நாம் தமிழர் கட்சி மட்டும்தான் தொடர்ந்து போராடிக்கொண்டிருக்கிறது. என் தம்பி, தங்கைகளுக்குச் சொல்வேன்! என் உடன்பிறந்தார்களுக்குச் சொல்வேன். நம்மை விமர்சிப்பவர்கள், விமர்சிக்காதவர்கள், நம்மை விரும்புபவர்கள், வெறுப்பவர்கள், நம்மை ஆதரிப்பவர்கள், ஆதரிக்காதவர்கள் என எல்லோருக்கும் சேர்த்துதான் நாம் போராடிக் கொண்டிருக்கிறோம். நம்பிக்கையோடு களத்தில் நில்லுங்கள்! தற்சோர்வு இல்லாது இருங்கள்! தொடர்ச்சியாகப் போராடுவோம்! நம் தாய் நிலத்தைக் காக்கும் இப்போராட்டத்தில் உறுதியாக நாம் வெல்வோம்!

உங்கள் அனைவருக்கும் எனது

**புரட்சிகரமான வாழ்த்துகளும்,
வணக்கமும்!**

புரட்சி எப்போதும் வெல்லும்!

**நாளை நமது போராட்ட வெற்றி அதனைச்
சொல்லும்!**

இலக்கு ஒன்றுதான் இனத்தின் விடுதலை!

**இனம் ஒன்றாவோம்! இலக்கை
வென்றாவோம்!**

நாம் தமிழர்!

நாம் தமிழர் சாதனைகள் !

90களுக்குப் பிறகு தமிழக அரசியலில் ஒரு கருத்தியல் வெற்றிடம் ஏற்பட்டது. தேர்தல்கள் வெறும் இசை நாற்காலிகளாகவே இருந்தன. யார் சிறந்த ஊடகம், பணபலம், பலம், கூட்டணி உள்ளதோ அவர்களே தேர்தலில் வெற்றி பெறுவார்கள். அதுவே வழக்கமாக இருந்தது.ஆனால், தமிழ் தேசியக் கருத்தியலை நாம் தமிழர் கட்சி கொண்டு வந்தது. இப்போது, பெரும்பாலான கட்சிகள் சித்தாந்த நிலைப்பாட்டை எடுக்க வேண்டிய கட்டாயத்தில் உள்ளன. ஒருவகையில், நாம் தமிழர் கட்சி ஒரு அழுத்தக் குழுவாக தமிழ் தேசியத்தை வெற்றிகரமாக மைய நிலைக்கு கொண்டு வந்தது.

பசுமை அரசியல்

பசுமை அரசியல் தமிழகத்திற்கு தெரியாது. நீர்நிலைகளை தூர்வாரி, ஆக்கிரமிப்பதில் சில அரசியல் காட்சிகள் முன்னணியில் உள்ளது. தமிழகத்தில் உள்ள சில அரசு கட்டிடங்கள் கூட இதுபோன்ற சுற்றுச்சூழல் பாதிப்புள்ள பகுதிகளில் கட்டப்பட்டுள்ளன.

நாம் தமிழர் கட்சியின் முக்கிய சித்தாந்தங்களில் ஒன்று சுற்றுச்சூழல் பாதுகாப்பு. நல்ல சூழல் இல்லாமல் நல்ல வாழ்க்கை அமையாது என்று நம்புகிறார்கள். அவை கரிம மற்றும் சுய நிலைத்தன்மையையும் ஊக்குவிக்கின்றன. ஜல்லிக்கட்டுப் போராட்டத்திற்குப் பிறகு,நாம் தமிழர் கட்சியின் இந்த சுற்றுச்சூழல் நட்புக் கொள்கைகள் நல்ல வரவேற்பைப் பெற்றன.

பனை மரங்களின் எண்ணிக்கை குறைந்து வருவதால் தமிழகம் முழுவதும் பனை நடவு செய்யும் 1000 பனை திட்டத்தை நாம் தமிழர் தொடங்கியது. அது பெரும் இழுவை பெற்றது. பல தன்னார்வ தொண்டு நிறுவனங்களும் இதைச் செய்கின்றன.

தமிழ் மறுமலர்ச்சி

கலாச்சார மாற்றம் இல்லாமல் அரசியல் மாற்றத்தால் எந்தப் பயனும் இல்லை என்று நாம் தமிழர் கட்சி நம்புகிறது. எனவே, எல்லா இடங்களிலும் பாரம்பரிய அறிவையும் தமிழின் பயன்பாட்டையும் திரும்பக் கொண்டுவருவதில் அவர்கள் பணியாற்றுகிறார்கள்.
சமீபத்தில் தஞ்சாவூர் கோவிலில் 1000

ஆண்டுகளுக்கு முன் தமிழில் கும்பாபிஷேகம் நடத்த வேண்டும் என்ற வழக்கில் வெற்றி பெற்றார்கள்.

இளைஞர்களை மீண்டும் அரசியலுக்கு கொண்டு வருதல்

தமிழகத்தில் 60 ஆண்டுகளுக்குப் பிறகு இது நடக்கிறது.

சில அரசியல் காட்சிகள் , மாணவர் அமைப்புத் தேர்தலைத் தடை செய்தல், என தாங்கள் ஆட்சிக்கு வந்த கதவுகளை மூடுவதில் தீவிரம் காட்டின. ரஜினி போன்ற நடிகர்கள் அரசியலை எப்போதும் சாக்கடை என்று சொல்லி கேவலப்படுத்துகிறார்கள். இதன் மூலம் சாமானியர்கள் அரசியலுக்கு வரக்கூடாது என்பதை உறுதி செய்தனர்.
ஆனால், இப்போது, இளம் தொழில் வல்லுநர்கள் உட்பட ஏராளமான இளைஞர்கள் அரசியல் நிகழ்வுகளில் பங்கேற்கிறார்கள்.

கையூட்டு மற்றும் ஊழல் ஒழிப்பு பாசறை

பொதுவாக நாம் தமிழர் கட்சியின் அனைத்து படை பிரிவுகளும்,ஒரு தலைசிறந்த பணியை செய்துவருகிறது.அதில் கையூட்டு மற்றும் ஊழல் ஒழிப்பு பாசறை சுமார் 28 லச்சம் கையூட்டு தொகையை மக்களுக்கு மீட்டு தந்திருப்பது ஒரு பாராட்டுதற்குரிய செயல்.

இன்னும் சில

வரலாறு காணாத வெற்றிகண்ட ஜல்லிக்கட்டு நிகழ்வில் ஏற்பட்ட மனித உரிமை மீறல்களை ஐநா பொது மன்றம் வரை எடுத்து சென்றது நாம் தமிழர் கட்சிதான்.அதுமட்டுமல்லாமல்,நீட் தேர்வு,மற்றும் அரசு தேர்வுகளில் தாய் மொழி நீக்கப்படுதல்,மாட்டு இறைச்சிக்கான கட்டுப்பாடு,கூடங்குளம் போராட்டத்திற்கு எதிரான வழக்குகள்,மற்றும் குடியுரிமை சட்டம் வரை,ஐநா பொது மன்றத்திற்கு எடுத்து சென்றுள்னனர்.ஓட்டுநர் உரிமம்,குடும்ப அட்டை போன்றவற்றை லஞ்சம் இல்லாமல் பெற்றுத்தருவது.தமிழ்நாட்டிலேயே அதிக அளவில் குருதி வழங்கிய அமைப்பு மற்றும் தமிழநாட்டின் இரண்டாவது இடத்தில இருக்கும் குருதிக்குடை அமைப்பு நாம் தமிழரின் குருதிக்கொடை பாசறை.ஊர்முழுவதும் ஏரிகுளங்களை தூர்வாருதல் மரம் நடுதல்,மற்றும் பல

கோடி பனை திட்டம்.இயற்கைக்கு எதிராக இருக்கும் எட்டு வழி சாலை அமைப்பதற்கு எதிராக வழக்கு தொடுத்து வென்றது,காவிரி மேலாண்மை அமைக்க வேண்டும் என்று போராடியது அமெரிக்காவின் தி நியூயார்க் டைம்ஸ் பத்திரிகையில் வெளியானது குறிப்பிடத்தக்கது.நெடுவாசல் ஹைட்ரோகார்பன் திட்டத்திற்கு எதிரான போராட்டம்.தூத்துக்குடி ஸ்டெர்லிட்க்கு எதிரான போராட்டம்,தேர்தலில் பெண்களுக்கு சமஉரிமை வழங்கியது.மக்களுக்காக தேர்தலில் தனித்து போட்டியிடுவது.பண்பாட்டு புரட்சிக்கான வீரத்தமிழர் முன்னணியின் செயல்பாடுகள்.அதுமட்டுமல்லாமல் கார்பொரேட் இடம் இருந்து வேடந்தாங்கல் பறவைகள் சரணாலயத்தை மீட்டது.குடிஉரிமை சட்டம் மற்றும் பல கார்பொரேட் மற்றும் ஒன்றிய மக்கள் எதிர்ப்பு திட்டங்களுக்கு எதிராக போராடியது.என்று சொல்லி கொண்டே போகலாம் அரியணை ஏறப்போகும் நாம் தமிழரின் சாதனைகளை.மேலும் நான் இங்கு ஒன்றை கூறி கொள்கிறேன் செந்தமிழன் சீமான் மற்றும் நாம் தமிழர் இந்த மண்ணுக்கு அவசியம் தேவைப்படும் ஒரு மாபெரும் பேராற்றல்.இந்த நூலில் குறிப்பிட பட்டுள்ளது குறைவே.எண்ணிலடங்காத சிறப்புக்கள் மற்றும் சேவைகள் நாம் தமிழர் கட்சி மற்றும் நம் புரட்சியாளர் செந்தமிழன் சீமானை சேரும்.

செந்தமிழன் சீமான் அவர்களுக்கு ஒரு கவிதை !

சுதந்திரம் பெற்றோம் என்று
சுற்றித்திரிந்த
எங்களை நீ இன்னும் அடிமை தான்
என்று உணர்த்திய எங்கள் அரசியல்
ஆசானே எழுந்து வா ! இந்த பூமி
பந்தை ஆள வா !

சுதந்திரம் என்பது உனக்கல்ல
அச்சுதந்திரத்திற்கு போராடிய தமிழரே
இங்கு கல்லாக்க பட்டனர் என்று கூறிய
வீரனே வெகுண்டெழுந்து விரைந்து வா !

50 ஆண்டுகால கல்வி எதை
கற்றுத்தந்தது என்று தெரியாமல்
நாங்கள் இருக்க.அது உன்னை சர்வதேச
பண்டமாக மாற்றியது என்று உணர்த்திய
வள்ளலே வா !

நீரின்றி அமையாது உலகு எனும்
வள்ளுவன் மறையை பக்கம்,பக்கமாக
பட்டியலிட்ட எங்கள் வேந்தே வா !

இனத்திற்காக மரணித்த மாவீரர்களை
மறந்து போன இந்த சமூகத்தில் மாவீரர்
புரட்சியை எங்களுக்கு கற்பிக்கும்

புறநாநூறே புறப்பட்டு வா !

வறுமையை ஒழிக்க பசுமை ஒன்றே வழி
என்று உணர்த்திய இன்னொரு
நம்மாழ்வாரே வா !

மக்களுக்காக மேடையில் அதிகநேரம் பேசி
சாதனை பட்டியலில் இடம் பிடித்த சாதனை
வேலே வெளியே வா !

மொத்தத்தில் துவக்கு ஏந்திய மேதகுவின்
தம்பியே ! துவண்டுவிடாமல்
துணிந்து வா !

‘தமிழரா.. திராவிடரா..?’ இன விடுதலை அரசியல் கருத்தரங்கம் — தீர்மானங்கள்.

‘தமிழரா.. திராவிடரா..?’ இன விடுதலை அரசியல் கருத்தரங்கம் — தீர்மானங்கள்.

நாம் தமிழர் கட்சியின் ஒருங்கிணைப்பில் “சங்கக் காலம் தொட்டு.. தமிழரா.. திராவிடரா..?” என்ற தலைப்பில் இன விடுதலை அரசியலுக்கான முழுநாள் கருத்தரங்கம் 12-09-2021 அன்று, காலை 10 மணி முதல் இரவு 07 மணிவரை முழு நாள் நிகழ்வாக, சென்னை போரூர் மேம்பாலம் அருகில் அமைந்துள்ள ஸ்ரீ ஈஸ்வரி திருமண நிலையத்தில் நடைபெற்றது.இம்மாபெரும் கருத்தரங்க நிகழ்வினை, செம்மை மரபுப் பள்ளியின் நிறுவனர் ஆசான் ம.செந்தமிழன் அவர்கள் குத்துவிளக்கு ஏற்றித் தொடங்கி வைத்து, ‘சங்க காலத் தமிழர் வாழ்வியல்’ என்ற தலைப்பில் இறைப் பேருரை நிகழ்த்தினார். முன்னதாக காலை அமர்வில், நாம் தமிழர் கட்சியின் மாநில ஒருங்கிணைப்பாளர் வழக்கறிஞர் மணி.செந்தில் அவர்கள் கருத்தரங்கின் நோக்கம் குறித்து உரையாற்றி, நிகழ்ச்சியினைத் தொகுத்து வழங்கினார். அதனைத்தொடர்ந்து, ‘தமிழ்த்தேசியமும், தமிழர் நலனும்!’ என்ற தலைப்பில் தமிழர் நலப் பேரியக்கத்தின் தலைவர் இயக்குநர் மு.களஞ்சியம் அவர்களும், ‘தமிழரே இம்மண்ணின் பூர்வக்குடிகள்!’ என்ற

தலைப்பில் ஆதித்தமிழர் விடுதலை இயக்கத்தின் பொதுச்செயலாளர் அ.வினோத் அவர்களும், 'தமிழர் என்ற தேசிய இனம்!' என்ற தலைப்பில் சமூகச் செயற்பாட்டாளர் நாச்சியாள் சுகந்தி அவர்களும் கருத்துரையாற்றினர்.மதிய உணவு இடைவேளைக்குப் பிறகான மாலை அமர்வில், 'இந்தியமும் தமிழ்த்தேசியமும்!' என்ற தலைப்பில் தமிழ்த்தேசியப் பேரியக்கத்தின் பொதுச்செயலாளர் பேரறிஞர் கி.வெங்கட்ராமன் அவர்களும், 'தொல்தமிழர் வரலாறும், திராவிடமும்!' என்ற தலைப்பில் தமிழ்ப்பெரும் ஆய்வர் தக்கார் மா.சோ.விக்டர் அவர்களும், 'திராவிடத்தின் வரலாற்றுத் திரிபுகள்!' என்ற தலைப்பில் தமிழ்த்தேசியப் பேரியக்கத்தின் தலைவர் பேராசான் பெ.மணியரசன் அவர்களும், தமிழ்த்தேசியக் கருத்துகள் செறிந்த, வரலாற்று முக்கியத்துவம் வாய்ந்த பேருரைகளை நிகழ்த்தினர்.இம்மாபெரும் கருத்தரங்கில் ஒரு மனதாக நிறைவேற்றப்பட்ட தீர்மானங்களை, தமிழ்த்தேசியப் பேரியக்கத்தின் தலைவர் பெ.மணியரசன், நாம் தமிழர் கட்சியின் தலைமை ஒருங்கிணைப்பாளர் செந்தமிழன் சீமான் உள்ளிட்ட அனைவரின் முன்னிலையில் நாம் தமிழர் கட்சியின் மாணவர் பாசறை மாநில ஒருங்கிணைப்பாளர் இடும்பாவனம் கார்த்தி அவர்கள் வாசித்தபோது அரங்கத்தினர் அனைவரும் வரவேற்கும் விதமாகக் கைகொலி எழுப்பினர்.

நிறைவேற்றப்பட்ட தீர்மானங்கள் பின்வருமாறு,

1. உலகின் மூத்த இனமான தமிழ்த்தேசியப் பேரினத்தின் தொன்மத்தை மூடி மறைத்து, பழந்தமிழ் இலக்கியச் சான்றுகளையும், பண்பாட்டு விழுமியங்களையும் அபகரித்து , தமிழர் இன அடையாளத்தையே மழுங்கடிக்கும் நோக்கில் பன்னெடுங்காலமாகத் தமிழர்கள் மீது தொடுக்கப்படும் பண்பாட்டுப்போரை காலங்காலமாக எதிர்நோக்கி வருகிறோம். எத்தனையோ படையெடுப்புகளுக்கும், அந்நியர்களின் ஆக்கிரமிப்புகளுக்கும், அதிகார மாற்றத்திற்கும் உட்படுத்தப்பட்டபோதும் தமிழ்த் தேசிய இனம் தனது தன்னியல்பையும், தனித்துவத்தையும் துளியும் இழக்காது தழைத்தோங்கி வாழ்வாங்கு வாழ்ந்து வருகிறது. அத்தகைய இனத்தின் அடையாளத்தைத் திருடி, தமிழர்களைத் தாழ்வு மனப்பான்மைக்குள்ளும், உளவியல் ஊனப்படுத்தலுக்குள்ளும் தள்ளும் திராவிடர் எனும் அடையாளத்திரிபை இனியும் அனுமதிக்க முடியாது.

தமிழர் நிலத்தின் ஆட்சியதிகாரத்தையும், செங்கோலையும் கைப்பற்றித்

தமிழர்களைச் சுரண்டிக் கொழுக்கும் கொடுங்கோல் திராவிட ஆட்சியாளர்கள், தமிழ்த்தேசிய எழுச்சியையும், ஓர்மையையும் வஞ்சக உத்தியைக்கொண்டு குலைக்கும் வழமைத்தனத்தின் நீட்சியாக, சங்க இலக்கியங்களை உள்ளடக்கிய தமிழ் இலக்கியத்திரட்டை 'திராவிடக்களஞ்சியம்' எனும் பெயரில் வெளியிடும் பித்தலாட்ட அறிவிப்பை வெளியிட்டது திமுக அரசு. அதற்கு இனமானத்தமிழர்கள் வெளிப்படுத்திய கடும் எதிர்ப்பினாலும், எதிர் வினையினாலும் வேறுவழியற்ற சூழலில் பின்வாங்கி மழுப்பிய திராவிடக்கூட்டம், இப்போது பசப்பு வாதங்களை முன்வைத்து தமிழ்த்தேசியர்களின் சொற்போரை எதிர்கொள்ள முடியாது திக்கித் திணறிக்கொண்டிருக்கிறது. நாட்டையாளும் திராவிட ஆட்சியாளர்களின் அரசியல் இருப்புக்காகவும், தன் லாபத்திற்காகவும் தமிழினத்தின் அடையாளத்தை மறைத்து மடைமாற்ற முயலும் திராவிட அடையாளத் திணிப்புகளை இக்கருத்தரங்கம் வன்மையாகக் கண்டிப்பதோடு, ஆரியத்திற்கு நேரெதிரான உளவியல் ஓட்டம் கொண்ட தமிழர்களை ஆரியச்சொல்லான திராவிடர் என்பதனைக் கொண்டு அடையாளப்படுத்தும் மோசடித்தனத்தை முற்றாகக் கைவிட வேண்டும் எனத் திமுக அரசையும், ஆட்சியாளர்களையும் வலியுறுத்துகிறது. இனவியல், அறிவியலின் அடிப்படையிலும், வரலாற்று ரீதியிலுமென எப்படி

நோக்கினும் இல்லாதவொன்றான திராவிடத்தைத் தமிழர்களின் அடையாளமாகக் கற்பித்து, மரபினமென நிறுவ முற்படும் புரட்டுரைகளும், கட்டுக்கதைகளும் இனியும் தமிழர் நிலத்தில் நிலைக்காது எனக்கூறி, தமிழ், தமிழர், தமிழினம், தமிழ்த்தேசியம் என்பதே தமிழர்களின் ஒப்பற்ற உயர் அடையாளங்கள் எனப் பெருமிதத்தோடு அறிவித்து, திராவிடர் எனும் அடையாள மறைப்புக்கெதிராகத் தமிழர் நிலத்தில் மண்ணுரிமைப்போர் செய்வோமென இக்கருத்தரங்கம் பேரறிவிப்புச் செய்கிறது.

2. இந்தியத் தொல்லியல்துறையும், தமிழ்நாடு தொல்லியல் துறையும் சிந்து சமவெளி, கீழடி உள்ளிட்ட தமிழர் தொல்லியல் ஆய்வு முடிவுகளைத் திராவிட நாகரீகமென்றோ, இந்திய நாகரீகமென்றோ கையாள்வதையும், வெளியிடுவதையும் தவிர்க்க வேண்டும். மாறாக, தமிழர் நாகரீகம் என்றே அழைக்க வேண்டும் என இக்கருத்தரங்கப் பேரவை வாயிலாக ஒன்றிய, மாநில அரசுகளை வலியுறுத்துகிறோம்.

3. இந்திய ஒன்றியத்தில் வாழும் தேசிய இனங்களின் ஓர்மை அரசியலையும், தன்னாட்சி உரிமையையும்,

தீவிரவாதமாகவும், பிரிவினைவாதமாகவும் சித்தரிக்கும் ஆரிய ஆட்சியதிகார நிலைகள், சமகாலத்தில் மேலெழும் தமிழ்த்தேசிய அரசியல் எழுச்சியைத் திசைதிருப்பும் நோக்கோடு, தமிழர்களை இந்துக்களாகவும், இந்தியராகவும் வகைப்படுத்தும் சூழ்ச்சியில் ஈடுபடுகிறது. தமிழர்களின் தனித்த மேன்மையை உறுதிப்படுத்தும் வகையில் கீழடி, பொருநை உள்ளிட்ட தமிழர் நிலங்களில் கிடைத்து வரும் வரலாற்றுச்சான்றுகள் வாயிலாக உலகிற்குத் தெரிய வருகிற தமிழர் வரலாற்றுத்தொன்மையை மறைக்க முயல்வது, கல்விப்புலங்களில் சமஸ்கிருதத்திணிப்பை செய்வது, ஒற்றைமயத்தைத் திணித்து தேசிய இன அடையாளத்தைச் சிதைப்பது, தமிழர்களின் மெய்யியல் கூறுகளையும், பண்பாட்டு மரபுகளையும் திருடித் தன்வயப்படுத்துவதென ஆரியமயமாக்கலைச்செய்து, தமிழ்ப்பேரினத்தைச் சிதைக்க முற்படும் இந்தியாவை ஆளும் ஒன்றிய அரசின் கொடுங்கோல் போக்கை இக்கருத்தரங்கம் வன்மையாகக் கண்டிக்கிறது.

தமிழினத்தின் மொழிக்கும், இனத்திற்கும், நிலத்திற்கும், வளத்திற்கும் எதிராகத் தொடர்ச்சியாக அரசப்பயங்கரவாதத்தைக் கட்டவிழ்த்து விடும் ஆரிய அதிகார வர்க்கத்தை எதிர்த்து தமிழ்த்தேசியர்களும், தமிழ்த்தேசிய இன மக்களும் சமரசமற்ற அரசியல் சமர் செய்வோமென இக்கருத்தரங்கம்

பேரறிவிப்புச் செய்கிறது.

இறுதியாக, திராவிடக் குழப்பவாதமும், தமிழ்த்தேசியத் தீர்வும்! என்ற தலைப்பில் நாம் தமிழர் கட்சியின் தலைமை ஒருங்கிணைப்பாளர் சீமான் அவர்கள் எழுச்சியுரையாற்றினார். கருத்தரங்கில் பங்கேற்றவர்களுக்கும் கருத்துரையாற்றியவர்களுக்கும் நாம் தமிழர் கட்சி சார்பாக நன்றியைத் தெரிவித்துக்கொண்டார்.

கடிதங்கள் !

1.

வேடந்தாங்கல் சரணாலயத்திற்கு
ஏற்படவிருந்த பேராபத்தினைச்
சட்டப்போராட்டத்தின் வாயிலாகத்
தடுத்துநிறுத்திய
சுற்றுச்சூழல் பாசறை உறவுகளுக்கு...

தமிழகத்தின் புகழ்மிக்க அடையாளங்களில்
ஒன்றாகத் திகழக்கூடிய வேடந்தாங்கல்
பறவைகள் சரணாலயம் தான்
இந்தியாவிலேயே பறவைகளுக்கெனத்
தனிப்பட்ட முறையில் அறிவிக்கப்பட்ட
முதல் சரணாலயமாகும். இங்கு
ஆண்டுதோறும் உலகின் பல பகுதிகளில்
இருந்தும் ஆயிரக்கணக்கான
பறவையினங்கள் வருகின்றன. இத்தகைய
சூழலியல் மற்றும் வரலாற்று
முக்கியத்துவம் வாய்ந்த
சரணாலயத்திற்குள் தனியார் மருந்து
நிறுவனத்தின் ஆலை விரிவாக்கப்
பணிகளுக்காக தமிழக அரசு அனுமதி
வழங்கியுள்ளதாகவும் அதற்காக
சரணாலயத்தின் எல்லையை 5
கிலோமீட்டரில் இருந்து 3 கிலோமீட்டராகச்
சுருக்குவதற்குத் தமிழக அரசு
திட்டமிடுவதாகவும் செய்திகள்

வெளியாயின.

சரணாலயத்திற்கும் சூழலியலுக்கும் ஏற்படவிருந்த பேராபத்தினை உணர்ந்து, நாம் தமிழர் கட்சியின் வலிமைமிக்கப் படைப்பிரிவுகளில் ஒன்றான சுற்றுச்சூழல் பாசறை சரியான நேரத்தில் வழக்கு தொடுத்து, சட்டப்போராட்டத்தை முன்னெடுத்து, தனியார் மருந்து நிறுவனத்தின் ஆலை விரிவாக்கப் பணிகளுக்கு அனுமதி மறுக்கபட்டது என்பதை, சென்னை உயர்நீதிமன்றத்தில் தமிழக அரசே வெளிப்படையாக அறிவிக்கச் செய்தமைக்கு எனது மனமார்ந்த பாராட்டுகள். அது மட்டுமின்றி சரணாலயத்திற்குள் எதிர்காலத்தில் தொடர்புடைய தனியார் மருந்து நிறுவனம் எவ்வகையில் விரிவாக்கப் பணிகளை மேற்கொள்ள அனுமதி கோரினாலும் தமிழக அரசு, இந்த வழக்கை தொடுத்த நாம் தமிழர் கட்சியின் சுற்றுச்சூழல் பாசறை பொறுப்பாளர்களினுடைய கருத்தினைக் கேட்ட பின்பே முடிவுசெய்ய வேண்டும் என்று உயர் நீதிமன்றம் வழங்கியுள்ள தீர்ப்பானது இவ்வழக்கில் மற்றுமொரு மைல் கல்லாகும்.

ஒருபுறம் ஆலை விரிவாக்கப் பணிகளுக்கு அனுமதி மறுக்கப்பட்டுள்ளது என்பது ஆறுதல் அளித்தாலும், சரணாலயத்தின்

எல்லையைச் சுருக்கவிருப்பதாக தமிழக அரசு தெரிவித்துள்ளது பெரும் ஐயத்தை ஏற்படுத்தியுள்ளது. இதனையும் முறியடிக்க நாம் தமிழர் கட்சி இன்னும் வலிமையான சட்டப்போராட்டத்தினையும் மக்கள் போராட்டத்தையும் முன்னெடுக்கும் என்பதைப் பேரறிவிப்புச் செய்கிறேன்.

நமது சுற்றுச்சூழல் பாசறை முன்னெடுக்கும் இத்தகைய ஆக்கப்பூர்வமான முயற்சியானது மனிதர்களுக்கு மட்டுமின்றி இவ்வுலகில் வாழும் அனைத்து உயிர்களுக்கும் சொந்தமான இயற்கை வளங்களையும் சுற்றுச்சூழலையும் பேணிகாப்பதுடன், நாளைய தலைமுறையின் நல்வாழ்விற்கும் பெருங்காப்பரணாக இருக்கும் என்பதில் ஐயமில்லை.

இப்போற்றுதற்குரிய பெரும் பணியில் பங்காற்றிய சுற்றுச்சூழல் பாசறையின் தலைவர் பெருமதிப்பிற்குரிய ஐயா எழில்சோலை மரம் மாசிலாமணி அவர்களுக்கும், துணைத் தலைவர் தம்பி காசிராமன், செயலாளர் தங்கை வெண்ணிலா தாயுமானவன், தம்பி விஜயராகவன், தங்கை சுனந்தா தாமரைச்செல்வன் அவர்களுக்கும், தம்பிகள் பா.விக்னேஷ் மற்றும் இராஜ்கிஷோர் ஆகியோருக்கும் எனது புரட்சி வாழ்த்துகள்.

இவ்வழக்கில் சட்டப்பணியாற்றிய வழக்கறிஞர் தம்பி தா.கோபிநாத், வழக்கறிஞர் தம்பி சு.அமர்நாத் ஆகியோருக்கும் துணைநின்ற தம்பி சரவணன் நடராஜன் அவர்களுக்கும் எனது புரட்சி வாழ்த்துகளை உரிதாக்குகின்றேன

புரட்சி வாழ்த்துகளுடன்,

சீமான்

தலைமை ஒருங்கிணைப்பாளர்
நாம் தமிழர் கட்சி.

2.

இலங்கைத் தேர்தலில் எமது நிலைப்பாடு! — ஈழத்தாயக உறவுகளுக்கு சீமான் கடிதம்

ஈழத்தாயகத்தில் வாழும் என்னுயிர் உறவுகளுக்கு...

வணக்கம்!

இந்த உலகில் வாழ்கின்ற எல்லாத் தேசிய இன மக்களையும் போல எல்லா வித உரிமைகளையும் கொண்ட ஒரு சுதந்திர வாழ்வினை வேண்டித்தான் எழுபது ஆண்டுகளாக நம் தாய்மண்ணின் விடுதலைக்காக நாம் போராடி வருகிறோம். ஆனால் சிங்களவர்கள் நமக்கான உரிமைகளை மறுத்ததோடு மட்டுமல்லாமல், நாம் இந்த நிலத்தில் வாழ்ந்து விடக்கூடாது என்பதில் தீவிரமாக இருந்துதான் நம்மை அழித்தொழிக்கும் வேலையைத் தொடங்கினார்கள். பத்தாண்டுகளுக்கு முன்னால் சிங்களப் பேரினவாத அரசும் உலக வல்லாதிக்க நாடுகளும் சேர்ந்து இதுவரை இந்த உலகம் கண்டிராத இனப்படுகொலையை நிகழ்த்தி நமது விடுதலைப் போராட்டத்தை அழித்து முடித்தார்கள். எக்காலத்திலும் தமிழர்கள் மறக்க முடியாத மாபெரும் துயர வடுவாக

நம் மீது நிகழ்த்தப்பட்ட இனப்படுகொலை நம் மனதில் பெரும் வலியாக இருந்து வருகிறது.

நமக்கென்று உள்ளங்கை அளவிற்கு ஒரு நிலம் இருந்தால் கூட அது அனைத்து விதமான உரிமைகளுடன் கூடிய இறையாண்மைமிக்க நிலமாக இருக்க வேண்டும் என்றுதான், நமக்காகப் போராடி தன்னுயிரை ஈந்து இந்த மண்ணில் விதையாக விழுந்த மாவீரர்கள் சிந்தித்தார்கள். தமிழருக்கென்று தனித்த இறையாண்மையுடன் கூடிய சுதந்திர தேசம் வேண்டும் என்பதே பல்லாயிரம் ஆண்டுகால நமது இனத்தின் பெருங்கனவு என்பதை நாம் ஒருபோதும் மறந்துவிடக் கூடாது. அதற்கான போராட்டத்தைதான் அந்த நிலத்தில் நமது முன்னவர்கள் முன்னெடுத்தார்கள். அந்தப் போராட்டம் சனநாயக வழியில் நிகழ்ந்தபோதும், ஆயுத வழியில் நடந்தபோதும் நமது இலக்கு நமது இனத்தின் விடுதலையாக, தாய் நிலத்தின் விடுதலையாக இருந்து வந்திருக்கிறது.

நமது விடுதலைப் போராட்டத்தின் ஒரு அங்கமாகத்தான் இலங்கையில் நடைபெறக்கூடிய தேர்தலில் கூட கடந்த காலத்திலும், நிகழ்காலத்திலும் நாம் உறுதியான நிலைப்பாடுகளை எடுத்து வருகிறோம். இலங்கை

பாராளுமன்றத்திற்குள் போய் இதுவரை தமிழ் மக்களுக்கு எதுவொன்றும் நடக்கவில்லை என்பது கண்கூடாக இருந்தாலும் தவிர்க்க முடியாத சூழலில் அங்கே இருந்து குரலெழுப்ப வேண்டிய தேவை நமக்கிருக்கிறது. நாடாளுமன்றத் தேர்தலில் நிற்பது, வெல்வது மட்டுமே நமது இலக்கு அல்ல. நாடாளுமன்றம் போய்ப் பேசுகிற ஒரு வாய்ப்பை, வெறுமனே ஒரு அங்கீகாரத்தைப் பெறுவதுமல்ல. தமிழர்களுக்கென்று தனித்த நாடாளுமன்றத்தை உருவாக்க வேண்டுமென்பதே தாயக விடுதலைக்காகப் போராடிய நம் முன்னவர்களின் நோக்கம். அந்த இலட்சிய இலக்கிற்காகதான் இந்த உலகம் இதுவரை பார்த்திராத ஈகங்களை நம் உடன்பிறந்தோர் செய்தார்கள். ஈடுசெய்ய முடியாத இழப்புகள் நமக்கு ஏற்பட்ட பிறகும் சொந்த மண்ணிலேயே அனைத்துவிதமான உரிமைகளும் மறுக்கப்பட்ட இரண்டாந்தரக் குடிமக்களாக நாம் வாழ்ந்து வருகிறோம்.

நமது விடுதலைப் போராட்டம் உலக வல்லாதிக்கங்களின் துணையோடு முறியடிக்கப்பட்டதற்குப் பிந்தைய காலகட்டமான தற்போதைய சூழலில் நம் மக்களின் நிகழ்கால மற்றும் எதிர்கால நலன்களைப் பற்றி நன்கு சிந்தித்து இலங்கையில் நடைபெற இருக்கின்ற தேர்தலில் யாருக்கு வாக்களிக்கப்

போகிறோம் என்கிற முடிவை நாம் எடுக்க வேண்டும். நம்முடைய மாவீரர்கள், நம்முடைய உறவுகள், தூக்கிச் சுமந்துவந்த அந்தப் புனிதக்கனவை நிறைவேற்றுவதற்கான எதிர்கால அரசியல் வடிவமாக, அதற்குத் தேவையான வலிமையைப் பெறுவதற்கான அடித்தளமாக இந்தத் தேர்தல் முடிவுகள் அமையும்படி நாம் பார்த்துக்கொள்ள வேண்டும். அதுதான் வரலாறு நம்மிடம் கையளித்திருக்கிற கடமை என்பதை உணர்ந்துகொண்டு நம் மக்கள் இந்தத் தேர்தலை அணுக வேண்டும் என்பதுதான் மிக முக்கியமானது.

போராட்டத்திற்காகப் பிள்ளைகளைக் கொடுத்த பெற்றோர்களின் மனநிலையிலிருந்து, இன்றைக்கும் தமது உறவுகளைப் பறிகொடுத்துவிட்டு தேடி அலையும் மக்களின் நிலையிலிருந்து, ஏதிலிகளாக ஏதோ ஒரு நாட்டில் அலையும் நம்முடைய உறவுகளின் நிலையிலிருந்து நீங்கள் சிந்தித்துப் பார்த்து இந்தத் தேர்தலில் வாக்களிக்க வேண்டும். நமது விடுதலைப் போராட்டம் இன்னும் முடியவில்லை என்ற நினைவோடு, எழுபது ஆண்டுகால நமது விடுதலை போராட்டத்தின் நீட்சியாகத்தான் இந்தத் தேர்தலை நாம் எதிர்கொள்ள வேண்டும். வாக்கு செலுத்த விரலில் “மை” துளியை வைக்கும்பொழுது, நமக்காகத் தம் இன்னுயிரை இழந்து,

மாவீரர்கள் சிந்திய ஒவ்வொரு இரத்தத்துளிகளையும் எண்ணிப் பார்த்துதான் நீங்கள் முடிவெடுக்க வேண்டும்.

ஆயுதப் போராட்ட வடிவம் நிறுத்தப்பட்ட சூழலில் நமக்கு இருக்கிற கடைசி வாய்ப்பு அரசியல் விடுதலைதான். அந்த அரசியல் விடுதலையை உறுதியாக முன்னெடுப்பவர்கள் யார் என்பதைச் சிந்தித்துப் பார்த்து நீங்கள் ஒரு வாய்ப்பை வழங்குங்கள். கடந்த காலங்களில் ஒற்றையாட்சியை ஏற்றுக்கொண்டு, பௌத்த பேரினவாதத்திற்குத் துணை போனவர்களையும், இன்றும் துணை நிற்பவர்களையும் புறந்தள்ளுங்கள். இறுதிப்போருக்கு பிறகு, ஈழ மண்ணின் உரிமைகள் பறிபோகும்போது கைகட்டி வேடிக்கை பார்த்த துரோகிகளை ஆதரிப்பதைக் கைவிடுங்கள். சிங்கள அரசின் சலுகைகளுக்கு உடன்பட்டு நம் தாய் மண்ணின் விடுதலைப் போராட்டத்தைக் காட்டிக்கொடுத்து அழித்து முடிக்கத் துணைபோனவர்களை ஒருபோதும் ஆதரிக்காதீர்கள்.

தாய்மண்ணின் உரிமைகளுக்காக, இனப்படுகொலை காலத்தின்போது காணாமற்போன நம் உறவுகளை மீட்டெடுக்க சிங்கள பேரினவாத அரசை

எதிர்த்து குரல் கொடுத்தவர்களுக்காக உங்கள் விரல் நீளட்டும். ஒற்றையாட்சியை ஏற்காமல், வடக்குக் கிழக்கு மாகாணங்களை இணைத்து தமிழர் தாயகமாக அறிவிக்க யார் முயல்கிறார்களோ, தன்னாட்சி உரிமைக்காக யார் அயராது, பின்வாங்காது உறுதியாக நிற்கிறார்களோ, நம் தாய் நிலத்தில் சிங்களப் பேரினவாத அரசால் நடந்த இனப்படுகொலை குறித்துத் தலையீடற்ற பன்னாட்டு விசாரணைக்காக யார் இன்றுவரை குரல் கொடுக்கிறார்களோ, தாயக விடுதலைப் பெறுவதற்கான பொதுவாக்கெடுப்பு யார் கோருகிறார்களோ அவர்களுக்குதான் உங்களுடைய வாக்கு செலுத்தப்பட வேண்டும் என்பதில் உறுதியாக இருங்கள்.

மீண்டும் மீண்டும் போராட்டத்தைக் காட்டிக்கொடுத்த கருணா, பிள்ளையான், டக்ளஸ் தேவானந்தா போன்ற துரோகிகளையும் அவர்களைச் சார்ந்தவர்களையும் வாக்கு செலுத்தி வெல்ல வைப்பதென்பது நாம் துரோகத்திற்குத் துணைபோனதாக ஆகிவிடும். அவர்கள் செய்த துரோகத்தைச் சரியென்று நாமே அங்கீகரிப்பதுபோல் ஆகிவிடும். அதை ஒருபோதும் எம்மின சொந்தங்கள் செய்யமாட்டீர்கள் என்ற அசைக்க

முடியாத நம்பிக்கை எனக்குண்டு.

மேலும் தமிழ்த்தேசியக் கூட்டமைப்பு நம் தலைவரால் தொடங்கப்பட்டது என்றெண்ணி, அவர்கள் ஒருபோதும் தங்கள் இலட்சியப் பாதையில் இருந்து விலகமாட்டார்கள் என நம்பி, அவர்கள் எது செய்தாலும் ஆதரித்துச் செயல்பட்டதன் விளைவுதான் இவ்வளவு பெரிய பின்னடைவு ஈழ நிலத்திற்கு வந்துள்ளது என்பதை நீங்கள் உணர்ந்து பார்க்க வேண்டும். தகப்பனுடைய துப்பாக்கியே என்றாலும் நம்மைச் சுடுமாயின் மரணம் நிகழும். அதனால் நம் தலைவரால் தொடங்கப்பட்டிருந்தாலும், இன்று அது எந்தப் பாதையில் பயணிக்கிறது, எந்தக் கருத்தை முன் வைக்கிறது, அதில் உள்ளவர்கள் இன்று எந்த நோக்கில் செயல்படுகிறார்கள் என்பதைப் பார்த்துதான் நாம் கூட்டமைப்பை பின் தொடர்வதா அல்லது பிரிந்து செல்வதா என்பதை முடிவுசெய்ய வேண்டும். சிங்களவருடன் இணைந்து பணியாற்றிய சுமந்திரனால் இதுவரை ஈழமண்ணில் நடந்த நன்மை என்ன? என்பதையும் கணக்கில் கொள்ளவேண்டும்.

நமது வாழ்விடங்கள் ஆக்ரமிக்கப்பட்டிருக்கிறது; நமது நிலப்பரப்பில் சிங்கள குடியேற்றங்கள்

திட்டமிட்டு நடைப்பெற்றுக் கொண்டிருக்கிறது; நம்முடைய வழிபாட்டுத் தலங்கள் அழிக்கப்பட்டுப் பௌத்த விகார்களாக மாற்றப்பட்டுக் கொண்டிருக்கிறது. காணி உரிமை, காவல்துறை உரிமை உள்ளிட்ட நம்முடைய அடிப்படை உரிமைகள் கூட அறவே மறுக்கப்பட்டுள்ளது. நமது தாய்நிலம் முழுக்க முழுக்க இராணுவமயப்படுத்தப்பட்டிருக்கிறது. இந்த இழிநிலையிலிருந்து நம்மை மீட்க யாருமில்லை என்பதுதான் நிதர்சனமான உண்மை. எனவே நம்மை நாமேதான் வலிமையாக்கி கொண்டு போராட வேண்டிய சூழலுக்குத் தள்ளப்பட்டுள்ளோம். இவை அனைத்தையும் கவனத்தில் கொண்டு இந்தத் தேர்தலை நாம் எதிர்கொள்ள வேண்டும்.

எந்த அடிப்படை உரிமைகளைக் கேட்டு முதன்முதலில் அரசியல் போராட்டத்தைத் தொடங்கினோமோ, அதே உரிமைகளைக் கேட்டும் கிடைக்கப் பெறாத நிலையில்தான் இன்றும் உள்ளோம். தொடங்கிய புள்ளியிலேயே மீண்டும் நிற்கும் அவலநிலையில் நாம் இருக்கிறோம். ஆயுதப் போராட்டம் நிறுத்தப்பட்டுவிட்ட நிலையில் நம்முடைய நீண்டகாலப் பெருங்கனவான தாயக விடுதலை என்கிற மகத்தான இலட்சியக் கனவு மறைந்துவிட்டது, அது முடிந்துவிட்டது

என்று உலகம் எண்ணிக்கொண்டிருக்கும் இவ்வேளையில், நம்மிடம் மீதம் இருப்பது அரசியல் போராட்டம் என்பதனை எமது மக்கள் மிகச்சரியாகப் புரிந்துகொள்ள வேண்டும். எனவே இலக்கை நோக்கிய சமரசமற்ற அரசியல் போராட்டத்திற்குச் சரியான தலைமை யாரென்பதை நீங்கள் உணர்ந்து, தெளிந்து தேர்வு செய்ய வேண்டும்.

அடுத்தத் தலைமுறைக்கு இந்தப் போராட்டத்தை எடுத்துச் செல்லும்போது நமது இனத்தின் உரிமைக்கு, நமது தாயக விடுதலைக்குச் சமரசமின்றிக் குரல் எழுப்பக் கூடிய தலைமை யாரோ, அவர் முன்னிறுத்துகிற வேட்பாளர்கள் எவரோ அவர்களைக் கண்டறிந்து நீங்கள் உங்களுடைய வாக்கினை செலுத்த வேண்டும். இதில் தனிப்பட்ட முறையில் எமக்கு வேண்டியவர்கள், வேண்டாதவர்கள் என்று எவருமில்லை. எவர் தமிழரின் உரிமைப் போராட்டத்தின் பக்கம், தேசியத்தின் பக்கம் உறுதியாக நிற்கிறாரோ அவர்தான் நமக்குரியவர், நமக்கு வேண்டியவர். நம் பக்கம் நிற்காது எதிரிக்கு, நேரடியாகவோ மறைமுகமாகவோ துணை போகிற எவரும் நமக்கும் வேண்டாதவர். அந்த நிலைப்பாட்டை உணர்ந்து நீங்களே தெரிந்து, தெளிந்து முடிவெடுங்கள்.

யாருக்கு வாக்களிக்க வேண்டும் என்று என் மக்களுக்கு நான் சொல்ல வேண்டியதில்லை. ஏனென்றால் இந்த நிலத்தில் நிற்கிற என்னைப்போன்ற தாயக தமிழர்களை விட, ஈழத்தாயகத்தில் வாழும் உறவுகளான நீங்கள் சுமந்து நிற்கும் காயங்களும், வலிகளும் மிக அதிகம். அந்த வலியிலிருந்து உணர்ந்து, சிந்தித்து நீங்கள் இந்தத் தேர்தலை எதிர்கொள்வீர்கள் என்று நான் முழுமையாக நம்புகிறேன்.

“புலிகளின் தாகம் தமிழீழத் தாயகம்” என்ற நம் இலட்சிய முழக்கம் இன்று “தமிழர்களின் தாகம் தமிழீழத்தாயகம்” என்று அரசியல்தளமாக மாறியிருக்கும் இவ்வேளையில் தகுதியான வேட்பாளர்களைத் தெரிவுசெய்து சரியான முடிவுகளை நீங்கள் எடுப்பீர்கள் என்று அசைக்க முடியாத நம்பிக்கை எனக்குள்ளது.

இலக்கு ஒன்றுதான்! இனத்தின் விடுதலை!

இனம் ஒன்றாவோம்! இலக்கை வென்றாவோம்!

தமிழர்களின் தாகம்! தமிழீழத் தாயகம்!

புரட்சி வாழ்த்துகளுடன்,

சீமான்

தலைமை ஒருங்கிணைப்பாளர்

நாம் தமிழர் கட்சி.

3.

சிங்கள கொலைகார அமைச்சரை விரட்டியடித்த கன்னடவாழ் தமிழர்களுக்கு செந்தமிழன் சீமான் வாழ்த்து கடிதம்.

கன்னடவாழ் தாய்த்தமிழ் உறவுகளுக்கு வணக்கம்.
கடந்த 10.12.2010 அன்று இனவெறி பிடித்த சிங்களக் கொலைகார அமைச்சரைத், தமிழுணர்வு மேலோங்கிநிற்கும் நம் மண்ணில் நடமாட விடாமல் ஓட ஓட விரட்டியடித்ததால் சிறை சென்று மீண்ட நாம் தமிழர் கட்சியின் எம் உயிர்த் தம்பிகளுக்கும்,தங்கைகளுக்கும், தாய்மார்களுக்கும் ஏனைய தமிழ்

அமைப்புகளுக்கும் அனைத்துத் தமிழ்ச் சொந்தங்களுக்கும் நல்வாழ்த்துகளை தெரிவித்துக் கொள்கிறேன்.
இனிவரும் காலங்களில் இதுபோல், நம் இனம் காக்க,மொழி காக்க , மண் காக்க, 'தமிழால் இணைவோம் — நாம்தமிழராய் எழுவோம்!' என்றும் உரிமைக்குப் போராட வேண்டுமென்று கேட்டுக்கொள்வதுடன்.
தமிழின வரலாற்றில் எழுச்சிமிக்க இந்நிகழ்ச்சிக் குறிப்பு பதிவு செய்யப்படும்.
களமாடும் வேங்கைகளை உளமாரப் பாராட்டுகிறேன்,புரட்சி வாழ்த்துகளையும் உரித்தாக்குகிறேன்.
நன்றி
சீமான்
தலைமை ஒருங்கிணைப்பாளர்
நாம் தமிழர் கட்சி.

முடிவுரை !

ஏழை விவசாய குடும்பத்தில் பிறந்து, பொருளாதாரம் பயின்று, சினிமாவின் மீதான காதலால் சென்னைக்கு படையெடுத்து, இன்று தமிழகத்தை பசுமை நாடாக மாற்றுவேன், மாற்று அரசியல் புரட்சிக்கு வித்துடுவேன் என்று மக்கள் நலனுக்காக பாடுப்பட வந்திருக்கும் மற்றுமொரு தமிழக அரசியல் தலைவராக வளர்ந்து நிற்கிறார் சீமான்.

இவரது பேச்சில் வேகமும், சீற்றமும் மிகவும் அதிகம். தமிழ் மொழி மீதும், தமிழர் கலாச்சாரம் மற்றும் பண்பாட்டின் மீதும் தீராத காதல் கொண்டிருப்பவர் சீமான். நடிப்பு, இயக்கம், வசனகர்த்தா, சமூக ஆர்வலர், அரசியல் என பல முகங்கள் கொண்டிருப்பவர் சீமான். இனி, இவரை பற்றி பலரும் அறியாத வாழ்க்கை தகவல்கள் பற்றி காணலாம்..
தனி ஈழம் அமையக் கோரியும், ராஜீவ் கொலை வழக்கில் தூக்கு தண்டனை வழங்கப்பட்ட சாந்தன் முருகன் பேரறிவாளன் போன்றோரின் விடுதலை கோரியும், ராஜபக்சேவின் இந்திய வருகையை கண்டித்தும், மீத்தேன் எரிக்காற்று எடுக்கும் திட்டத்தை எதிர்த்தும், தண்ணீர் தர மறுத்த கேரள,கர்நாடக அரசுகளை கண்டித்தும்,

இந்தி திணிப்பு மற்றும் சமஸ்கிருத வார்த்தை எதிர்த்தும் பல போராட்டங்கள் நடத்தியுள்ளார்.
புத்தகங்கள் வசனம், இயக்கம், சமூக பணிகள், அரசியல் என்று மட்டுமின்றி, புத்தகங்களும் எழுதியுள்ளார் சீமான்.
வென்றது ஆரியம் துணை நின்றது திராவிடம் (2010), திருப்பி அடிப்பேன் போன்ற இரண்டு புத்தகங்களை இவர் எழுதியுள்ளார்.

இப்படி பட்ட ஒரு புரட்சியாளரை இந்த இனம் தற்பொழுது பெற்றுள்ளது மிகவும் பெருமைவாய்ந்த ஒன்று.மதிப்பிற்குரிய புரட்சியாளர் செந்தமிழன் சீமான் அவர்கள் பற்றி புத்தகம் எழுத எனக்கு ஒரு வாய்ப்பு கிடைத்ததை நினைத்து பெருமிதம் கொள்கிறேன்..இந்த புரட்சியாளருக்கும் இந்த புரட்சிகர நாம் தமிழர் படைக்கு இனி எப்போதும் வெற்றிமேல் வெற்றியே !

நன்றி !

தகவல் பலகை !

தமிழ் எண்கள் :

௧ = 1
௨ = 2
௩ = 3
௪ = 4
௫ = 5
௬ = 6
௭ = 7
௮ = 8
௯ = 9
௰ = 10
௰௧ = 11
௰௨ = 12
௰௩ = 13
௰௪ = 14
௰௫ = 15
௰௬ = 16
௰௭ = 17
௰௮ = 18
௰௯ = 19
௨௰ = 20
௨௰௧ = 21
௨௰௨ = 22
௨௰௩ = 23
௨௰௪ = 24
௨௰௫ = 25
௨௰௬ = 26
௨௰௭ = 27

௨௰௮ = 28
௨௰௯ = 29
௩௰ = 30
௩௰௧ = 31
௩௰௨ = 32
௩௰௩ = 33
௩௰௪ = 34
௩௰௫ = 35
௩௰௬ = 36
௩௰௭ = 37
௩௰௮ = 38
௩௰௯ = 39
௪௰ = 40
௪௰௧ = 41
௪௰௨ = 42
௪௰௩ = 43
௪௰௪ = 44
௪௰௫ = 45
௪௰௬ = 46
௪௰௭ = 47
௪௰௮ = 48
௪௰௯ = 49
௫௰ = 50
௫௰௧ = 51
௫௰௨ = 52
௫௰௩ = 53
௫௰௪ = 54
௫௰௫ = 55
௫௰௬ = 56
௫௰௭ = 57
௫௰௮ = 58
௫௰௯ = 59
௬௰ = 60

www.ingramcontent.com/pod-product-compliance
Ingram Content Group UK Ltd.
Pitfield, Milton Keynes, MK11 3LW, UK
UKHW021648190726
13853UKWH00001B/139

9 798885 556330